సంపాదకులు:—ఆదిభట్ల తరిణయ్యసిద్ధాంతిగారు.

ప్రకాశకులు:—భాగవతుల నృసింహాశర్మగారు.

వేగుంజుక్క- గ్రంథమాల,

పూడిపెద్దివారివీధి, బరంపురం (గంజాం.)

Published by:—**Bh. N. Serma,**

VEGU-JUKKA SERIES,

Pudipeddivari Street, BERHEMPUR,

(Ganjam)

Printed by.—**Cocanada printing works,**

COCANADA.

1ST ADITION

1000 COPIES

1927

Intimation for next issue "Chapala"
a high Class Detective Novel with wonderful incidents

భాగవతుల నృసింహశర్మ

ప్రొప్రయిటరు,

వేగుజుక్క - గ్రంథమాల,

పూడిపెద్దివారివీధి, బరంపురం (గంజాం)

అడ్వాన్సు పంపువారికి ఖర్చులు మేమే భరించి పంపుదుము. చందాదారులు గమనింపవలెను.

అవసరము లేనివారు వెంటనే తెలియఁజేయఁ బ్రార్థితులు.

రాబోవునవల కిదియే ఇంటిమేషను.

చపల.

అత్యద్భుత కథాసంవిధానముఁ గల్గిన నిరూపక నవల.

గ్రంథకర్త :—పండిత ఆదిభట్ల తాణయ్యసిద్ధాంతిగారు.

ఇట్టిది మనభాషయందు వెలువడి యుండబోదు. వంగీయ పత్రికలన్నియు దీనిని బహుభంగులఁ బ్రశంసించినవి ఇందు ముగ్గురు రహస్యపరిశోధకులు, మువ్వురు నాయకులు, మువ్వురు నాయికలు, మూడస్త్రములు, ముమ్మారు ప్రయోగము, మూడుహత్యలు, మూడు పలాయనములు, మూడు జాబులు, మూడు హింసలు, మూడు ప్రవృత్తులు, మూడు పూర్వవృత్తాంతములు, నవనీత కోమలాంగియగు మ్లేచ్ఛస్త్రీ చాంద్ బీబీ గావించిన పైశాచికకృత్యము

చిన కాంతను నిరాకరించుట, ఒల్లని యబలను బలాత్కరించి వివాహమాడుట. పెండ్లిలో బెద్దపెండ్లి. నిద్రలో దీర్ఘనిద్ర. క్రొత్తపెండ్లి కూతురు మగనిని జంపినట్లు నిర్ధారణ, వింత దొంగతనము, దొంగ నోట్లను సృష్టించుట, అబల దానవియగుట, మనుజుఁడు రాక్షసుడగుట, అనుమానము, పెనుభూతము, మోసము, అవిశ్వాసము, భ్రమ, పరాభవము, దంభము, వేషము, హెచ్చరిక మొదలగు విషయములతో నిండియుండును. దీనిని జదువ నారంభించినంతనే, ముగించు వఱకు నిద్రాహారములం దభిరుచి యుండదు. గ్రంథము నీతిబోధకము, ఉద్వేగపరిపూర్ణము, కౌతూహలాకాంక్షితము పాపవ్యక్తీకరణము, పాప విపాక సమాప్తము.

శైలి సులలితము, సలక్షణము.

దీనివెల చందాదారులకు రు. 1-0-0. ఇతరులకు రు. 1-8-0

పోస్టేజి కొనువారే భరించి కొనవలెను.

ఇట్లు విధేయుడు,

భా॥ నృ॥ శర్మ

“వేగుజుక్క” గ్రంథమాల.

N. B 1 మేము పంపిన పార్సెలుపై “రిజిష్టర్డు ట్రేడుమార్కు” (Registered trade mark) గమనించుచుండవలెను.

2 చిరునామాలు మారినప్పుడు వెంటనే తెలియజేయవలెను.

3 ఇంటిమేషను అందిన వెంటనే గ్రంథ మవసరము లేనివారు వెంటనే తెలియజేయవలెను.

ఆంధ్రసోదరులారా!

దేశాభిమానులగు వారలెల్లరు, శ్రీయుత ద్విజేంద్రలాల్ రాయిగారి నాటకరత్నములు, తప్పనిసరిఁ జదువఁదగినవను తలంపుతో నే నీనాటకము ననువదించితిని. శ్రీయుత ద్విజేంద్రలాల్ రాయిగారి నాటకములలోఁ బ్రతిజ్ఞాచాణక్య నామాంతరము చంద్రగుప్తము, నూర్జహాను నాటకములు ప్రసిద్ధికెక్కినవి.

నే నీనాటకము రెండుమారులు విరచింపవలసి వచ్చినది. తొలుతటి ప్రతి యేమైనదో సంపూర్ణముగ మునుము న్నాంధ్రలోకమునకుఁ దెలియఁజేయఁగలను. గ్రంథవిస్తరభీతిచే, వేఁగుఁజుక్కవారు సమ్మతి పడకపోవుటచే, నే తదంశముఁ గూర్చి యిపుడు వివరింపఁజాలను.

వేఁగుఁజుక్క పరిషన్మండలివారు, నా యీద్వితీయమాతృకను సాంతముగఁ బఠించి, యీవిధముగఁ బ్రకటించినందులకు నే నెంతయుఁ గృతజ్ఞుఁడను. నే నీగ్రంథమును సర్వస్వామ్యసంకలితముగ వేఁగుఁజుక్క గ్రంథమాలాధికారులగు బ్ర॥ శ్రీ॥ భాగవతుల నృసింహశర్మగారి కొసఁగితిని. తత్ప్రతిఫలము నాకు ముట్టినదని సంతోషమిందుమూలముగ వెల్లడించుచున్నాను.

ఈనాటకముఁ బఠించి, ఆంధ్రసోదరులు, మంచిచెడ్డల నాకెఱింగించిరేని భాషాసేవకుఁ బ్రయత్నించువాఁడ నని మనవిచేయుచున్నాను.

ఈనాటకదృశ్యములలో నచ్చటచ్చటఁ గల ముఖ్యములగు పద్యములు, ప్రతిజ్ఞాచాణక్య, తులసీరామాయణాది గ్రంథకర్తలగు బ్ర॥ శ్రీ॥ భాగవతుల నృసింహశర్మగారివని యెఱుఁగవలెను.

పంతముచే నే నీనాటకమును పదిదినములలోఁ బూర్తిఁజేయవలసి వచ్చుటచే నందందు లోపము లుండవచ్చును. మహాశయు లెఱింగించిన, ద్వితీయముద్రణమున సవరించుకొనఁగలవాఁడను.

ఇట్లు,

బుధజనవిధేయుఁడు,

వారణాశి భానుమూర్తి

గ్రంథకర్త.

బ్రహ్మపురము,

20—5—27.

అంకితము.

గీ. తల్లిదండ్రులకుం గాని । తనుజుఁ డెందు
దనుజుఁ డనియుండు రామాట । తథ్యమగును;
తల్లి హెచ్చని యెంచి స । ద్భక్తితోడ
నామె కొసఁగితి నీగ్రంథ । మంకితముగ.

గ్రంథకర్త.

పురుషులు.

ఔరంగజేబ్ — ఢిల్లీపాదుషా

దిలేర్ ఖాను
తహబర్ ఖాను
— సేనాధిపతులు.

ఆజిమ్
ముఅజిమ్
అక్బర్
— ఔరంగజేబ్ కుమారులు

శ్యామసింహుఁడు — బికనీర్ రాజు

దుర్గాదాస్ — రాజపుత్ర సేనానాయకుఁడు

సమరదాస్ — దుర్గాదాసుని సోదరుఁడు

రాజసింహుఁడు — మహారాణా

మఱియు సందర్భానుసారముగ వచ్చు నితరపురుషపాత్రలుఁ గలవు– ☞ గమనింపవలెను

స్త్రీలు.

గుల్నార్ — బేగమ్-ఢిల్లీమహారాజ్ఞి

రజియా — అక్బరుకూతురు- సంగీతప్రియురాలు

జోధపురరాణి —

మఱియు సందర్భానుసారముగ నితర రాజపుత్ర స్త్రీలును వత్తురు.

☞ గమనింపవలెను — ఈ నాటకముఁ బ్రదర్శింపఁ దలఁచినవారు, బ్ర॥ శ్రీ॥ భా
పతుల నృసింహశర్మ గారి యనుమతిఁ బొందవలెను

శ్రీ

దుర్గాదాస్.

ప్రథమాంకము.

— : ప్రథమదృశ్యము. : —

స్థానము:—రాజప్రాసాదమున, ఔరంగజేబుదర్బార్.

[సింహాసనాసీనుఁడైయున్న చక్రవర్తివామపార్శ్వమున, బికనీర్ మహారాజగు శ్యామసింహుఁడు కూర్చుండియుండును. దక్షిణభాగమున సేనానాయకుఁడగు తహాబరుఖాఁ నిల్చియుండును. ఎదుట రాథోర్ సేనాపతి, దుర్గాదాసుఁడు, నతని తమ్ముఁడగు సమర్దాసుఁడు నిలువఁబడియుందురు.]

ఔరంగ—(దుర్గాదాసుఁజూచి) మొగల్ సామ్రాజ్యలక్ష్మికి నమూల్యభూషణప్రాయుఁడైన యశ్వంతసింహుఁడు మరణించుటఁబట్టి మాకుఁ దీఱరాని లోపము వచ్చినది.

దుర్గా—ప్రభూత్తమా! మీయాజ్ఞానుసారము దేశసంరక్షణార్థమై యుద్ధమునకు వెడలినవాని కిట్టిదురవస్థ సంప్రాప్తించెఁగదా యని విచారించిన వింతేమి?

లుమూర్ఖుల నతఁడు శిక్షించి జయింపకున్న, నాగతి యేమై యుండును. ఆతనిఋణము నే నెన్నటికిఁ దీర్పఁజాలను. మొగల్ సామ్రాజ్యమున కతఁ డొక్కఁడే వీరశిఖామణి. నాకు దక్షిణబాహువై వర్తించినయాతఁడు మరణించినప్పుడు నే నెంత దురపిల్లినను నంతమనునది యుండునా? అతనిపుత్త్రుని నే నేవిధముగ నాదరించితినో (శ్యామసింహునిఁజూచి) మా శ్యామసింహమహారాజే సాక్షి.

గీ. సద్యశోవంతుఁ డైన య । శ్వంతసింహు
మరణవార్తను వినినంత । పరితపించి
ఎంతదుఃఖించితినో దైవ । మేయెఱుంగు,
నాదు సామ్రాజ్య మూలకం । దం బతండు.

సమర్ — యశ్వంతసింహుని సుపుత్త్రుఁ డగుపృథ్వీసింహుని మరణింపఁజేసి, సవతితల్లిప్రాపకమన్నట్లు, మీ రీవిధముగ దుఃఖించుట కేవలము సాహసమేయగునని సాహసించి పలుకుచున్నాను.

ఔరం — ఏమీ! ఇంచుకంతయు నాలోచింపకుండఁ బలుకుచుంటివి. నీ వెచటనుంటివో, యెవనియెదుట నిల్చియుంటివో, యెట్లు మాటాడుచుంటివో, నీ వెవఁడవో, నే నెవడనో, యించుక విచారింపకుండ, నొకబాలుని ప్రాణముల నపహరించితినని వచించుట సాహసమేయగును. ఏమి!! ఆపసివానిఁ జంపితినా!! అసత్యదోషారోపణమున నీ కేమైన లాభముండునా? ఎంతమాటంటివి? నాపుత్త్రుఁడని భావించి, స్వహస్తములతో, ముద్దార గౌరవించి, సన్మానవస్త్రములఁ దొడఁగితినే?

సమర్ — విషపూరితవస్త్రము లని యెఱుంగక ప్రాణములఁ గోల్పడిన

ము — ఘోరము.......

శ్యామ — సమర్దాన్! నీ వెవనితో మాటాడుచుంటివో, యిప్పుడు నీయవస్థయెట్టిదో యెఱుంగక, స్వప్నములోఁ బలువరించుచున్నావు.

సమర్ — బికానీర్ మహారాజా! యెఱుఁగనివాఁడనుగాను - మీ చక్రవర్తితో సంబాషించుచుంటిని.

ఔరంగ — (కోపోద్దీపితుఁడై) ఆవస్త్రములు విషపూరితములని నీ వెట్లు నిశ్చయింపఁగలవు?

మర్గా — ప్రభూ! ఆత్మ కాత్మయే ప్రమాణము. కోడివలెఁ గూయుచున్న లోకమే ప్రమాణము. లోకముగూయఁగ మూకుడున్నదేయన్నట్లు ప్రజల యనుమానముఁ బాప బ్రహ్మ శక్యమా?

సమర్దా — అనుమానమా? ఆవస్త్రముల ధరించిన వెంటనే, గిఁగిజ కొట్టుకొని ప్రాణములఁ బాయుట యనుమానమా! కనులార నేనుజూచినపిమ్మటఁ బలికినది యనుమానమా! అట్లయిన లోకమంతయు ననుమానము. యశ్వంతసింహుని "అఫ్గనిస్థానమునకుఁ బంపి, యతనిఁ జంపించుటయు ననుమానము — అనంతర మతనిదారాపుత్త్రుల, నేను ఢిల్లీయందు బంధించుటయు ననుమానము — చక్రవర్తియు, నీవు, నేను, సమస్తవిశ్వము ననుమానమే "స్వర్గము మిథ్య — పలాయనము మిథ్య" యను వేదాంతమున కనుకూలమైన యీ యనుమాన మేరీతివచ్చినది? అనుమాన మనునది లేదు - సర్వము సత్యము - ప్రత్యక్షము.

కం. అనుమానమొ యవమానమొ?

విను మా నిను నమ్ముకొన్న । బిడ్డను దండిక్రి

బెరుభూతమునై చంపితి

వను మాటలలో నొకింత యనృతముగలదే?

దుర్గా—సహోదరా! శాంతింపవలెను. నీ విచ్చటికి వచ్చుటకు మున్నెట్టిప్రతిజ్ఞఁ బల్కితివో జ్ఞప్తికిఁ దెచ్చుకొనుము.

సమర్థా—అన్నయ్యా! సమయానుకూలముగ నన్ను మేల్కొల్పితివి- క్షమింపుము- (అని ఔరంగజేబుఁజూచి) మే మమాయికుల మనియు, లోక మెఱుఁగని శిశువుల మనియు, బాదుషావారు తలంచవలదని ప్రార్థించుచున్నాను.

దుర్గా—ప్రభూత్తమా! అజ్ఞానియగు మత్సహోదరుని క్షమింపవలెను. మా మనవి నొకించుక యాలింపవలెను.

ఔరం—మంచిది. సంసిద్ధుఁడను. నిన్నెప్పుడైన నిరాకరించువాఁడను గాని విశ్వసింపుము.

దుర్గా—యోధపురాధీశుండును—మృతుఁడు నగు యశ్వంతసింహుని దారాపుత్రాదుల వారిదేశమునకుఁ గొంపోవ ననుమతింపవలెను.

ఔరం—ఔను! నా యనుమతితోఁ బనియేమి?

దుర్గా—చిత్తము శ్రీవా రనుమతింపవలెనని సేనాధ్యక్షుఁడు తహాబర్ఖాను పల్కుచున్నాఁడు.

ఔరం—(సేనాపతిఁజూచి) ఖాఁ! అట్లేలపల్కితివి?

తహాబ—తమ రట్లాజ్ఞాపింతురేమోయని, యూహించి యట్లంటిని. ఇంతకు సేవకుఁడు స్వతంత్రింపవచ్చునా?

ఔరం—ఓహో! మఱచితిని. నా విశ్వాసమునకు, గౌరవమునకుఁ బాత్రుఁడై ప్రవర్తించిన యశ్వంతసింహుని ఋణముఁదీర్చుటకవకాశము లేకపోయెఁగదా యని చింతించి, యతనిరాణిని

మనవి. మీ పూర్వులవలె కామవికారమునకు లోఁబడి వివాహాదిదుష్కృత్యముల నొనరింపక, నిజధర్మానురక్తిఁ బ్రవర్తించి, మాకు సంతోషదాయకుఁడైన ప్రస్తుతచక్రవర్తిని మేము గౌరవింపకపోము. మీరు మాయందు దయయుంచి పృథ్వీసింహున కొనరించిన సత్కారంబుతో సంతృప్తిఁ బొంది, సంతానయుతముగ రాణినివిడిచిన మీకుఁ గృతజ్ఞులమై యుందుము. "ఔరంగజేబు నిజమగు మహమ్మదీయుఁ" డను ప్రఖ్యాతియు దిగంతముల వ్యాపించును.

(అని నిష్క్రమించును.)

ఔరం—(దర్బారునుండి నిష్క్రమించుచున్న సమర్దాసు నెదుర్కొనఁబోయిన సేనాధిపతిని వలదని వారించి, దుర్గాదాసునిఁ బరికించి) దుర్గాదాస్! నిన్నుఁబట్టి సమర్దాసుని విడిచిపెట్టవలసి వచ్చినది. అతఁడాడినమాటలలో నేను నిజమగు మహమ్మదీయుఁడ ననునంశముమాత్రము సత్యము. నాధర్మమును, నామతమును నభివృద్ధిఁజేయఁదలంచియే రాజ్యభారమును భరించితిని. నిరపరాధుల శిక్షించువాఁడఁ గాను.

దుర్గా—సత్యము. మీరు చెప్పినది బాగుగనున్నది. ఆమాటకేమి గాని మీ కిసుమంతయుఁ గలలోనైన హానిచేయని యశ్వంతసింహునిదారాపుత్రాదుల హింసింపఁదలంచి రేల? మీరాగ్రహభావ మెఱుంగుటకు మానవమాత్రులు చాలరనియు నెఱుంగుదును.

ఔరం—నేను వారిని హింసింపవలె నను కోరికయున్న నెట్టికార్యముఁ జేయను- (అని శ్యామసింహునిఁ జూచి పొమ్మనిసంజ్ఞఁజేయును. అతఁడు మెల్లమెల్లఁగ వెడలిపోవును)..........దుర్గా

దాస్! రాజనీతివిశారదుఁడ వగు నీయెడ నా చాతురీగరిమకు విలువయుండదు. సత్యముఁ బలుకుచున్నాను. నీతో మఱి చెప్ప కేమి? ససంతానముగ రాణినిఁ గోరుచున్నాను.

దుర్గా — మీ కిట్టికోరిక గలదని యెఱుంగుదును గాని యిట్టి కోరికకు దగినంత కారణ ముండవలదా? మహారాణి —

స్త్రీ — ఆమెపుత్త్రుఁడు — సద్యోజాతుఁడు. వీరితో మీ కేమి ప్రయోజనము.

ఔరం — ప్రభుత్వమువారు కారణకార్యములు భృత్యుల కెఱుంగింపరు.

దుర్గా — అట్లయిన నా ప్రార్థనము వ్యర్థమైనది.

ఔరం — అట్లే భావింపవచ్చును రాణి నా కర్పించుటకు నీవు సమ్మతింపవలెను.

దుర్గా — నేను బ్రదికియుండఁగ నట్లెన్నటికి జరుగదు.

ఔరం — నిన్ననేకవిధముల బహూకరింతును.

దుర్గా — మీచే బహూకరింపఁబడినవారికంటె నే నతీతుఁడనని యెఱుంగుఁడు. నాచేత ఖడ్గముండఁగ, నాముక్కుకొన నూపిరి యుండఁగా, రాణి కెట్టియపాయము వాటిల్లదు. మీరేమియుఁ జేయఁజాలరు. చిత్తగింపుడు. పోయివచ్చెదను. (అని నిర్గమింపుచుండ)

ఔరం — నిలువుము. అట్లయిన నీవు బ్రదికియుండరాదు. (సేనాధిపతిఁజూచి) తహబర్! నాటకముఁ జూచుచుంటివా? దుర్గాదాసుని బధింపుము.

(సేనాధిపతి దుర్గాదాసుని సమీపించును దుర్గాదాసు డాగ్రహించి ఖడ్గముఁజూపి) అప్రమత్తుఁడవై మెలంగుము. నేను రణమునకు మరణమునకు సంసిద్ధుఁడనై యున్నాను. (అని.

యోధవరులు దర్బారుఁ బ్రవేశింతురు.)

దుర్గా—చూచితివా చక్రవర్తి! ఇట్టే అవసరమైన అయిదువందల మంది రాఁగలరు. మేము రాజపుత్రులము.

సీ. అరిరాజలోకసం । హారఖేలనలీల
నల్లేరుపైబండి । నడక మాకు
మ్లేచ్ఛశరీరమాం । సచ్ఛేదనక్రియ
షడ్రసోపేతభో । జనము మాకు
విపులసేనావ్యూహ । భేదనోద్యోగంబు
కరతలామలకంబు । కరణి మాకు
ప్రళయాగ్ని కణతుల్య । గుళికాకారణప్రాప్తి
మృదుపుష్ప కందుక । క్రీడ మాకు
గీ. మానమే రాజపుత్త్రాభి । మానధనము
కదనరంగంబె విను మాకు । సదనసీమ
తగని యధికారగర్వంబుఁ । దక్కనీము
నష్కయత్నంబు లేల తు । రుష్కరాజ.

ఔరం—మంచిది. దుర్గాదాస్! వెంటనె యీస్థలము విడువవలెను. నీధైర్యసాహసంబులకుఁ జాల సంతోషించితిమి. (సహచరులతో దుర్గాదాసుఁడు వెడలినపిమ్మట, సేనానాయకునిఁ జూచి) తహాబర్! కొంతసైన్యముతో వెంటనే యశ్వంతసింహుని గృహము ముట్టడింపుము. తత్ప్రయత్నమున నుండుము.

(నిష్క్రమించును.)

తహా—చిత్తము. (అని అనుసరించును.)

[illegible]

రాజాంతఃపురమందలి సామ్రాజ్ఞియగు గుల్నార్

విశ్రమమందిరము.

గుల్నార్—(సుఖాసీనయై తనలో) యోధపురరాణీ! నీ వొకనాడు గర్వముచే కన్నుగానక నన్నౌరంగజేబుచే గొనితేఁబడిన దాసి యని యెకసక్కెములాడితివి. ఆ నీగర్వమణంచుటకు నేఁడు నాకు దగిన యవకాశము చిక్కినది. నీభర్తను కాబూల్ దేశమునకుఁ బంపి చంపించినదానను నేనే! విషప్రయోగముచే నీ జ్యేష్ఠపుత్రుని మరణింపఁజేసినదానను నేనే! ఇపుడు నీసమక్షమున నీచిన్నతనయునిఁ జంపింప సమకట్టి నిన్నిచటికి రావించినదియు నేనే! ఈగుల్నారే నీచేఁ దన పాదోదకములఁ బానము చేయించును. అనంతర మీసమస్త మొగల్ సామ్రాజ్యమును శాసించుచున్న నేనె నీ ప్రాణములఁదీసి నీ రక్తమును గ్రోలి, నాక్రోధపిపాసను శాంతిపరచుకొందును. ఔరంగజేబు కేవలము నాచేతి కీలుబొమ్మ వంటివాఁడు, కాని లోకమన్యథా తలంచుచున్నది. అది వారి మౌర్ఖ్యము—వారి యజ్ఞానము—వారి యమాయకత్వము—లేకున్నచో నౌరంగజేబునకు యశ్వంతసింహుని భార్యాపుత్రులతో నేమిప్రయోజనము గలదో వారు యోచించియే యుందురు.

[ఆయ్యవసరమున నౌరంగజేబు ప్రవేశించును.]

గుల్—ఎవరువారు? చక్రవర్తులా? బందగీ, జహాఁపనా!

ఔరం—గుల్నార్! నీ వేకాకినివై యేమిచింతించుచున్నావు? నీ జావనిక నూరేండ్లు నిండినవి. నీకన్ను లరుణితములైనవే.

యెచ్చటనున్నది?

ఔరం—ఆమె యింతవేగముగఁ బట్టువడదు.

గుల్—ఏమీ! పట్టువడదా?

ఔరం—దుర్గాదా సామెను నాకర్పించుటకు సమ్మతింపక దర్బారునుండి వెడలిపోయెను. ఇంతవఱకు నతఁడు ప్రభుభక్తిపరాయణుండని విశ్వసించి మోసపోతిని. కాని యత డిట్లు తిరుగుబా టొనరించునని స్వప్నమందైనను తలంచకుంటిని.

గుల్—ప్రాణములతోఁ దర్బారునుండి పోఁగలిగెనా?

ఔరం—ఔను. అతడు ససైన్యముగ వచ్చియుండెను.

గుల్—(కపటపుకన్నీరు వెలిబుచ్చి) అహ్హాహ్హా! పరాక్రమశాలియు, నరిసూదనుండును, జయశీలుఁడు నగు మొగల్ సామ్రాట్టునకు సైన్యము లేక దైన్యము వచ్చెఁగాఁబోలు! ఛీ! ఛీ!

ఔరం—ప్రేయసీ! .....

గుల్—పెక్కుపలుకు లాలించుటకు నాకు సమయము చాలదు. నేటిసాయంకాలమునకుఁ బూర్వమే నాసమక్షమున యోధపురమహారాజ్ఞిని దెచ్చి నిలుపవలెను.

ఔరం—గుల్నార్! యశ్వంతసింహునిగృహమును ముట్టడింప సైన్యములఁ బంపితిని.

గుల్—మంచిది.... ..... (నిష్క్రమించును.)

ఔరం—(ఆమె ననుసరించుచుఁ దనలో) ఆహా! ఏమి యీ దుర్గాదాసుని సాహసము! నిండుదర్బారులో — నాకట్టెదుట — కరవాలమును దూసి — నన్నుఁ దర్జించుచు వెడలెనే? పిరశిఖా

సము లేదు. మంచిది. పరికించెదఁగాక.

(అనుదు నిష్క్రమించును.)

తృతీయ దృశ్యము.

మొగల్ సేనాపతియగు దిలేర్‌ఖాఁ మందిరము.

[ప్రధానసేనాపతి తహబర్‌ఖాఁ, దిలేర్‌తో సంభాషించుచుండును.]

దిలేర్—ఖాఁసాహేబ్! మీరు బలే గొప్పవస్తాదులవారని యందురే. మీమాటవిన్న నాగుండె రువ్‌మనుచున్నది. రాఠోర్ సేనాపతి మీముక్కునకు సూటిగఁ గత్తివిసరినాఁడా? అబ్బ—అబ్బ—వాఁడు బలేశూరుఁడన్న తప్పులేదు.

తహబర్—ఏమని చెప్పుకొందును చెప్పిన వినువా రెవరు? పరిహాసములాడువారేకాని, నాదుఃఖము నణఁచెడువా రెవరు—ఆనాఁడు దర్బారులోనే వాని పరాక్రమ మెంతో నాకు బోధపడినది కోపము వచ్చినప్పుడు వాని ముఖముఁ జూడలేము. పెద్దపులిముఖమైనను జూడవచ్చును- కాదు- కాదు- మృత్యుముఖమైనను జూడవచ్చును- ఎంతకోపము —కోపమునుమించిన పరాక్రమ మెంతని చెప్పుదును—పరాక్రమమునుమించిన నైపుణ్య మెట్టిదని కొనియాడఁగలనా? అహాహా! అతినైపుణ్యమున విసరినకత్తిఁజూచి తత్తఱిల్లితిని నీతోఁ జెప్పనేమి?

దిలేర్—మీరు తటకాపడి చూచుచు, నిలువబడిరన్నమాట! ముక్కునకు తిన్నగా విసరియుండెనా?

తహబర్—ఔనట్లే, ఆశ్చర్యమున నేను కఱ్ఱబొమ్మవలె నిల్చి దిగ్భ్రమఁ బొందితిని.

తహాబ — సమయము చిక్కకుండెను. అంతలో కత్తి నూడబెఱికి, ఇంతలో మాయమయ్యెను.

దిలేక్ — ఆఁ! తెలిసినది. కనుకట్టు కట్టినాఁడు. అతఁడు వెడలినపిమ్మటఁ గత్తిబట్టినారా?

తహాబ — లేదు. తరువాత నేను నాముక్కున్నదో లేదో చూచుటకై, ముక్కుపై వ్రేలిడికొంటిని. సందేహము నివర్తించెను. యశ్వంతసింహుని గృహ మిప్పుడు మనము ముట్టడింపవలయును. త్వరగ రండు!

దిలేర్ — ఈసమయమున నొకక్షణమైనను విరామములేకుండ నన్నీడ్చుకొనిపోవ వచ్చినారా? ఈసామాన్యకార్యమును తమరేలచేయరాదు?

తహాబర్ — దిలేర్‌ఖాఁ! యుద్ధనైపుణ్య మెఱుఁగని రాజపుత్రులతోనా, నన్ను పోరాడమనుచున్నారు? ఆపని నావలనఁగా నేరదు. మీరే రావలయును.

దిలేర్ — రజపుత్రుల సైన్యసంఖ్య యెంత?

తహాబర్ — రెండువందలు మాత్రమే.

దిలేర్ — ఖాఁసాహెబ్! మీరుపోయి అయిదువేలసైనికులను సిద్ధముగనుంచుఁడు. నేను మీ వెనువెంటనే బయలుదేఱి వచ్చెదను.

(తహాబర్ నిష్క్రమించును.)

దిలేక్ — (ఆత్మగతమున) అసామాన్యసాహసికాగ్రణులకు రాజపుత్రస్థానము గనివంటిది. వీ రనుపమానపరాక్రమవంతులకు గురువులు. అట్టి ధైర్యశాలురతో పోరాడుట కష్టసాధ్యమే

(అవనతశిరస్కుఁడై) యశ్వంతసింహుఁడు మరణించినపిదప, నిర్భయుఁడైయున్న పాదుషాకు, నిపు డతనిపరివారముతోఁ బ్రయోజన మేమున్నదో తెలిసికొనవలయును.

(అనుచు నిష్క్రమించును.)

చతుర్థదృశ్యము.

మీవారురాజ్యరాజప్రాసాదమున—రాణారాజసింహుని ద్వితీయపుత్రుఁడగు జయసింహుని మందిరము.

[జయసింహుని ద్వితీయభార్య కమల సుఖాసీనయై యుండును.]

కమల—హా! స్వామి! ఇంత స్వల్పకాలమున మిమ్ముల మాయాపా గురతోఁ ద్రోసివైచినదే! ఎంతటిసాహసికురాలు! కానిమ్ము. పెద్దరాణి! నీయెత్తునకు పైయెత్తును వేయుచున్నాను. నిన్నిఁక నా పదతలమునఁ బడవేసి నలిపివేసెదను. భీమసింహా! నివు రాజువయ్యెదవా? కావచ్చును. మఱి నీభార్య మహారాజ్ఞి కావచ్చును. కాని యట్లు కాఁజాలరు. నాభర్త రాణావారి కత్యంతప్రియపాత్రుఁడు. విశేషించి యతనికి స్వహస్తములతోఁ రాజబంధనమును కట్టియున్నాఁడు. (పండ్లు కొఱకుచు) ఇఁక భీమసింహుఁ డెట్లు రాజగునో, యతనిస్త్రీ రాణి యెట్లుఁ కాఁగలదో చూచెదఁగాక! అన్నదమ్ము లిరువురకును గలహము కూర్చితినిగదా! దాని పరిణామ మెట్లుండునో పరికింపవలెను.

[రొదసేయుచు దాది పరుగెత్తివచ్చును.]

దాది—ఓలమ్మో! ఓలమ్మో!! అబ్బ!!

కమల—ఏమయ్యెనే?

కమల—ఏమైనదే? త్వరగ చెప్పకున్నావేమి?

దాది—ఏంగా? ఏటనముగుతా? దఘుయగ్గెమోలమ్మ!

కమల—వేగముగ చెప్పెదవా, శిక్షకు పాత్రురాల వగుదువా?

దాది—చిన్నరాజు పెద్దరాజుకాలిని కత్తితో నరికినాడమ్మా! ఓహో! అదేమి రక్తమోలమ్మ! అంతలో తండ్రొచ్చి, పెద్దోడ్కి చీవాట్లు పెట్టినాడమ్మా!

కమల—మంచిపనియైనది

దాది—అంగ నొద్దుసుమీ! లోకమంతా పెద్దోడే మంచోడంట గారు. సిన్నోడు సెడ్డమనిషి కాడు కానమ్మా, నువ్వే జగడాలపెద్దమ్మవు తల్లీ! నీనుంచమ్మా, పెద్దోడికి మాంగొచ్చింది. ఏడుకాండల రామాయణం తండ్రిచేత యినుకున్నాడు.

(భయమును నటించుచు నిష్క్రమించును.)

[ఆసమయమున జయసింహుని ప్రథమభార్య సరస్వతి ప్రవేశించును.]

సరస్వతి—కమలా! కమలా! ఇట్టి దుష్కార్యములచేయుట నీ కుచితమని తోంచినదా యేమి? అన్నదమ్ము లిరువురకుం గలహము లం గల్పింతువా?

కమల—అది కేవల మసత్యము. ఇందు నేనేమియును జోక్యము కలిగించుకొనుట లేదు. సింహాసనముకొఱకు సహోదరులు పోట్లాడుట సహజమే కదా! న్యాయముగ నాభర్తయే సింహాసనారోహణార్హుడు. భీమసింహుడే తొలుత జగడమాడెను. అది యతనిదోషము.

సరస్వ—భీమసింహుని కీరాజ్యవాంఛ లేదని రూఢిగం జెప్పగలను. ఉన్నను అతడు జ్యేష్ఠుడగుట నతనికే రాజ్యము చెందును.

రతనికి స్వహస్తముల రాజబంధనమును (పసుపుదారము) కట్టినారు, కావున నాభర్తకే సింహాసనము చెందును.

సరస్వ — అట్లయినచో నీవు ప్రయత్నించుట శ్రేయస్కరము. కాని, జగడములఁ గల్పింపవచ్చునా?

కమల — నాభర్తవిషయమై నీవు చింతింప నవసరములేదు.

సరస్వ అతఁడు నాభర్త కాఁడు కాబోలు.

కమల — అట్లయిన నతనిని సమాధానపఱచుము.

(అని దృతగామిని యైపోవును.)

(అంతట జయసింహుఁడు ప్రవేశించును.)

జయ — ఎవరువారు? సరస్వతీ! నీవా? కమల యనుకొంటిని.

సరస్వ — కమల యనుకొంటిరా నాథా! ఎంతపొరపాటొనరించితిరి? ఆపొరపాటింతలో మాయమయ్యెను! పొరపాటున నన్ను కమలగా భావించుటకు పూర్వ మొక్కసారి "ప్రాణేశ్వరీ" యని యేల పిలువకుంటిరి? నే నాపలుకుల విని స్వర్గసౌఖ్యమును పొందెడుదాననే!

జయ — సరస్వతీ! నా కిచ్చోట నుండుటకు సమయము చాలదు. అత్యావశ్యకకార్య మొకటికలదు. పోవలయును.

సరస్వ — నిలువుఁడు! నిలువుఁడు! నాహృదయవేదనము గూర్చి తమతో విన్నవించుకొనుటకై నే వచ్చుటలేదు. ఒక ప్రశ్నము నడుగ వచ్చినాను. నేఁ డన్నగారితో జగడమాడిరా?

జయ — అది నాదోషముకాదు. నేను క్రోధావేశమున అన్నగారి పాదమును గాయపఱుప నతఁడు నామెడను గట్టిగఁ బట్టుకొనెను.

యొక్కనాఁడైన తలంపకున్నారు. భీమసింహునకు రాజ్యాపేక్ష ముమ్మాటికిని లేదు. అన్నదమ్ము లిట్లు కలహించుట పాడి గాదు ప్రభూ! ఇఁకనైన మేలుకొనుము! కమల మీ హితచింతకురాలు కాదని విశ్వసించుము. అదిగో! మీ అన్నగారు వచ్చుచున్నారు. నేను బోయెదను.

[భీమసింహుఁడు ప్రవేశించును]

భీమ—(మృదుస్వరమున) సోదరా! జయసింహా!

జయ—(పలుకక మౌనమూనును.)

భీమ—(మరల) జయసింహా! అది నాదోషము. కోపము నణచుకొనలేక యట్లు పొరపాటొనరించితిని. నన్ను క్షమించుము!

జయ—(మాటలాడ లేడు.)

[ఆయవసరమున రాణా ప్రవేశించును]

రాణా—(భీమసింహు నుద్దేశించి) నాయనా! జయసింహుఁడు కరవాలమున నీపాదమును గాయపఱచెనా?

భీమ—అది యంతప్రమాదకరము గాదు.

రాణా—ఏదీ పాదమును జూపుము.

(భీమసింహు డట్లు చేయును.)

రాణా—హా! నేను బాగుగ నాలోచింపక విచారణ జేసితిని. భీమసింహా! ఇదిగో నాకత్తి నందుకొని నీసహోదరుని శిక్షించుము!

భీమ—అట్లు చేయఁజాలను. తండ్రీ! జయసింహు డజ్ఞాని.

రాణా—అట్లు కాదు. నేను జయసింహుని పక్షపాతినని లోకము నన్ను నిందింపకపూర్వము నీ వీకత్తిని గైకొని వానిని శిక్షింపవలయును. కతిపయదినములనుండి మీ యిరువురును రాజ్యమునకై జగడమాడుచున్నారని వినుచున్నాను. నా మరణానం

నేడే యుద్ధమొనరించి గెలుపొందినవారు సింహాసనము నధిరోహింపవచ్చును.

భీమ—నాకు రాజ్యకాంక్ష లేదు నేను జగడ మాడఁదలచుకొనలేదు.

రాణా—దీనికి ప్రమాణము?

భీమ—(మందహాసమున) ప్రమాణమా? ఈక్షణమునుండి నేను స్వరాజ్య పరిత్యాగ మొనరించుచున్నాను. ఈరాజ్యమున జలపానముఁగూడ చేయనని ప్రతిజ్ఞ చేయుచున్నాను.

రాణా—(కొంతదనుక మౌనము వహించి, కన్నీరు గార్చుచు) భీమా! నిర్దోషివగు నీవు తమ్మునికై కఠినప్రతిజ్ఞను బూనితివి. కాని యాప్రతిజ్ఞ మీవారురాజ్యమంగళముకొఱకు సుమా! విదేశములకు పోయినను దేశక్షేమము నారయుచుండుము. భగవంతుడు నీకుఁ దోడ్పడుగాక.

భీమ—నా దేశక్షేమమునకై ప్రాణములనైనఁ ద్యజింతును. నమస్కారములు.

(అందఱు నిష్క్రమింతురు.)

పంచమదృశ్యము.

యశ్వంతసింహుని గృహము.

[సమర్దాస్ జోధపురసామంతగణము- సంభాషించుచుందురు.]

భగవాన్‌సింహు—సమర్దాస్! అట్లయిన నీ వచట దుర్గాదాసుని తలంపునకు విరుద్ధముగఁ బ్రవర్తించి వచ్చితివా యేమి? నిన్నుఁ జూడ సంశయముగనున్నది.

సమర్దాస్—నేను క్రోధము నణంచుకొనలేక పోతిని.

భగవాన్—అట్టివాఁడె యచటికిఁ బోనేల?

జూడఁదలంచి వెడలితిని. వాని నెదిరించి ప్రసంగింప నిచ్చగించి పోయియుంటిని. వానిని బ్రతిమాలుటకు బోలేదు. ఆపని దుర్గాదాసే చేయవలయును.

ముకుందదాస్—చక్రవర్తి దుర్గాదాసును బంధింప లేదుకదా?

సమర్దాస్—(ఉత్తేజితుఁడై) వారితరమా?

సుబలసింహుఁడు—దుర్గాదాసుఁ డతనికి సులభముగఁ బట్టుపడఁడు.

ముకుంద—అదిగో! సేనాపతి తురగారూఢుడై శరవేగమున వచ్చుచున్నాడు! క్రిందికిఁబోయి సమాచార మరయుదము రండు.

(అందఱును దుర్గాదాసు నెదుర్కొనఁబోదురు)

[దుర్గాదాసు ప్రవేశించి]

దుర్గా—సిద్ధముకండు! సావధానులరై యుండుడు!

సమర్—ఎందులకు?

దుర్గా—ఆత్మరక్షణార్థము.

సమర్—సమాచార మేమి?

దుర్గా—విస్తరించి పలుకుట కవకాశములేదు. పాదుషా యశ్వంతసింహునిభార్యాపుత్రుల విడువ సమ్మతింపక, యీభవనమును ముట్టడించుటకై మువేలమంది సైనికులఁ బంపుచున్నాడు. ఆరెంటి ప్రాణములను కాపాడు భారము మనది.

ముకుంద—రక్షణోపాయ మేమి?

దుర్గా—ప్రాణదానమే రక్షణోపాయము. సామంతులారా! మహారాణిని, ఆమెచిన్నతనయుని భద్రముగఁ గాపాడుటకై ప్రాణత్యాగము చేయ మీరందఱును సంసిద్ధులైయున్నారా?

అందఱు—తప్పకుండ నట్లేయొనరించెదము.

[అంతలో మహారాణి ప్రవేశించును.]

మహారాణి — జోధపురమహిషి కింతమాత్రము జంకు లేదు. ఆమె
కై మీరు చింతింపవలదు, కాని, జోధపురవంశప్రదీప
కుని — యశ్వంతసింహునిచిన్నబాలుని రక్షింప నుపాయ మర
యుడు

దుర్గా — తల్లీ! భయమువలదు. కుమారునిఁ గొని తెండు.

(రాణి లోనికేగును)

దుర్గా — సమర్దాస్! కాసిమ్‌ను పిలువుము! (ముకుందు నుద్దేశించి)
దాదా! ఆవల నొక పెద్దగంపగల దస్తానిఁ దెమ్ము!

[కాసింతో సమర్దాసు ప్రవేశము]

కాసిం — (దుర్గాదాసునకు నమస్కరించి) హుజూర్! క్యా హుకుమ్?

దుర్గా — నీవు రాజకుమారుని, మొగల్ సైన్యముల కంటబడనీయకుం
డ భద్రముగఁ గొనిపోయి రక్షించవలెను.

కాసిం — అచ్ఛా! హుజూర్!

(ముకుందుడు గంపను తీసుకొనివచ్చును.)

దుర్గా — కాసిం! నీవు ముసల్మానుడ వగుటచే మొగలు లెవరు ని
న్నుపోల్చుకొనలేరు ఈమిఠాయిగంపలో రాకుమారునుంచి,
నేను నీకిదివఱకు చూపిన దేవాలయమునకు గొనిపోయి
శిశువు నామందిరపురోహితుని కప్పగించుము. ఆపైకర్తవ్య
ము నతడే యాలోచించును.

కాసిం — జో హుకుం.

[కుమారునితో రాణి ప్రవేశము]

దుర్గా — మహారాణి! నాకంఠమున ప్రాణమున్నంతదనుక రాకుమా
రున కెట్టియపాయమును రానీయను. ఈకాసిం ముసల్మా

హస్త లంపించుకు !

రాణి—నీ వభయమిచ్చిన పిమ్మట నాకేమియు భయములేదు.

(అనుచు కుమారు నతనిచేతుల నిడెను.)

(తిరిగి బిడ్డ నొకసారి కౌగలించి, ముద్దాడుచుండెను)

దుర్గా—సమయములేదు. తల్లీ ! విళంబనము సేయవద్దు !

రాణి—(మరల మరల బిడ్డను ముద్దాడుచు) కాసిం ! ధర్మమే నీకును నాకును సాక్షి. (అని కుమారుం జూచి)

చం. పుడమిని పేదరాజునకుఁ । బుత్త్రుఁడవై జనియించియున్న నీ
సుఖములు లేక వన్నవయి । యెచ్చటనైన మెలంగి కాలమున్
గడపఁగ నోపియుండువు సు । ఖంబులఁ జెందుచు నాదు పాపపుం
గడుపున నేలపుట్టితివి । తొమ్మపతు లెల్లరు గొడ్డుపోయిరే.

(అని కుమారుని కాసిమ్‌నకు నందిచ్చెను-కాసిమ్ శిశువును గంప లోఁ బెట్టి కొంపోవుచుండ)

సమర్‌దాస్—ఒకవేళ, కాసిం ! శత్రుహస్తగతుండైన నేమిచేయ వలెను.

మహారాణి—అట్లు శత్రువులకు జిక్కినచో, యీనాకత్తితో శిశువు నుపొడిచి చంపుము, కాసిం ! (అని కత్తి నతనికిచ్చును)

(కాసిం నిష్క్రమించును)

దుర్గా—అదిగో ! మొగల్ సైన్యముల కగ్రవర్తియై దిలేర్ ఖానుడు వచ్చుచున్నాడు.

సమర్—అదిగో ! శత్రువులు తుపాకులఁ బేల్చుచున్నారు.

ముకుంద—స్త్రీజనరక్షణోపాయమును వెదుకవలయును.

సుబల్—అదిగో కవాటములన్నియు బద్దలు చేయుచున్నారు ! స్త్రీ జన మిచటకు వచ్చుచున్నవి !

అధికముగ మాట్లాడుటకు అవకాశము లేదు. ఈదృశాపాయ కరవేళల క్షత్రియస్త్రీ లేమి చేయవలయునో మీకే తెలియును. అదిగో మీకొర కాగడి యేర్పఱచి యుంచితిని. దానం జొచ్చి స్వహస్తముల నగ్గానికి నిప్పంటించుకొనుడు. అదిగో! మీ రాపని చేయకముందే శత్రువుల తుపాకు లాగడి కవాటముల కాల్చుచున్నవి. త్వరపడుడు !

(స్త్రీజన మేకగ్రీవముగ) మహారాణీకి జయ్ !

రాణి—జయమా ! నాకు మృత్యువే జయము ! సోదరీమణులారా! (చేతులజోడించి) పరమేశ్వరుడు మిమ్ముల రక్షించుగాక! సంఘాతిమరణము నొంది స్వర్గమున కేగుడు. నా కింక నీలోకముతో కొంతసంబంధముగలదు. నేను మీతో రాజాలను. పొండు !

(స్త్రీలందరును మంటలో దుముకుదురు.)

రాణి—దుర్గాదాస్ ! నేను పోయివచ్చెదను (నిష్క్రమించును)

దుర్గా—సమర్థాస్ ! ఒక్కసారి కౌగలించుకొనుము. (సహోదరులిరువురును గాఢాలింగన మొనరించుకొనిన పిదప శత్రువుల నెదుర్కొన బోదురు)

షష్ఠదృశ్యము.

ఔరంగజేబు భవనము.

ఔరంగ—(అటునిటు దిరుగుచుం దనలో) ఏమిది! నేను విన్నది సత్యమేయగునా? కాదు. ఇది కేవల మసత్యము. నేను స్వప్నమును గాంచుచున్నానా యేమి? అట్లైన జాగ్రదవస్థయుండుటనేల? మేలుకొనువా రాలోచనాంబుధి నోలలాడువేళల,

సింహునిరాణి యత్యంత స్వల్ప సైన్యముతో దుస్తరమగు మొగల్ సేనాసముద్రమును దాటి యదృశ్య మయ్యెనట!! ఇది సంభవమగునా? ఇందేదియో రహస్య మున్నట్లు నాకుఁ దోఁచుచున్నది. ఎవరక్కడ?

సేవకుడు —(వంగివంగి సమీపించుచు) ఖుదాబంద్!!

ఔరం—అనన్యసాధారణప్రజ్ఞావంతు డగు మన దిలేర్ ఖానుఁ డతిస్వల్పసంఖ్యఁగల రాజపుత్రవీరుల ధాటికోర్వఁజాలక, పరాజితు డయ్యెనని వింటిని. ఈవార్త సత్యము కావచ్చునా?

సేవకుఁడు—ఔను. సత్యమే. ప్రభూ! నేను యుద్ధమును ప్రత్యక్షముగఁ జూచియుంటిని. ఓహో! ఏమియుద్ధము!! ఆశ్చర్యము! భయము! యశ్వంతసింహుని భవనమునంగల నాల్గుద్వారములకడ నాయుధపాణులై పోరాడిన యోధవరులఁ గాంచుటకల దేవేంద్రుడే కావలయును. మహాప్రభూ! ఒకవంక భవనాంతర్భాగమును జొచ్చిన మొగలుల హస్తగతము కాకుండుటకు, తామున్నగదికి స్వహస్తముల నిప్పంటించి, యందు ప్రాణత్యాగ మొనరించుచున్న నారీజనముమాట అటుండనిచ్చి లోపలఁజొచ్చి కవాటముల ప్రక్కలసేయుచుఁ దుపాకిగుండ్లతో కుడ్యములఁ బడద్రోయుచున్న మనవీరులఁ దునుమాడుచున్న వంశస్వాభిమానియగు జోధపూర్ మహారాణియు —మందిరబహిర్ద్వారముచెంతనుండి శత్రువులు లోపలకు రాకుండఁ గాపాడుచున్న రాథోరు సేనాపతియగు దుర్గాదాసుఁడును- అతనితమ్ముఁడును- ఓహోహో! ఏమి యా సహోదరులసాహసము! రెండువేలసంఖ్యకు మించిన సైన్యమును గని, ఇసుమాత్రమైన జంకకుండ, ప్రళయకాల

విరాజిల్లు కత్తుల నూడఁబెఱికి యాసేనాసమూహము నవలీల భూదేవికి బలిదాన మొసంగినంత మహారాణిఁ గాంచి దిగ్భ్రమఁజెంది యేమియుఁ జేయలేక త్రోవనొసఁగిరి.

[అంతలో గుల్‌నార్ ప్రవేశించును.]

గుల్—ప్రాణేశ్వరా! నేను వినినది సత్యమేయగునా?

గౌరం—(అవనతశిరస్కుండై) ఔను.

గుల్—(రోషకషాయితలోచనయై) ఓహో! ఈవిధమగు ధైర్యవిహీనమై పరాక్రమలేశమును లేని సైన్యముతో మీరు సమస్త హిందూస్థానమును పాలింప సాహసించినారా? కార్యము లేదు. చక్రవర్తులయ్యు, నాయొక్క సాధారణమగు కోర్కెను చెల్లింపఁజాలకపోతిరే!!

గౌరం—నాయథాశక్తిని ప్రయత్నించి విఫలుఁడనైతిని.

గుల్—ఇదియా, మీయథాశక్తి? సామాన్యస్త్రీయొకర్తె పెక్కుమందిపురుషుల కనులఁగప్పి మాయమాయెనే! ఛీ! ఏల మీ పరాక్రమములు? చక్రవర్తిబిరుదములకు మీ రనర్హులని చెప్పక తప్పదు.

గౌరం—మాట్లాడకుండును.

గుల్—ఇప్పుడు మహారాణి యెచటనున్నది?

గౌరం—రాణా రాజసింహుని చెంత నున్నది.

గుల్—వెంటనే సైన్యములఁ బంపి మీవారును ముట్టడింపుఁడు. సంతానయుతముగ నామె నాకుఁ జిక్కవలెను ఎట్లు జేసిన సరే.

గౌరం—ఆవిషయమునుగూర్చి యోచింపవలెను.

మీనారును ముట్టడింపుడు.

(నిష్క్రమించును.)

ఔరం —(ఆత్మగతమున) ఈమాటను నేను విశ్వసింపజాలను. రెండు ప వేల సైనికులతో రాజపుత్రులు మొగల్ సైన్యము నోడించుటయా? యశ్వంతసింహుని రాణి, యీ సేనావ్యూహములను భేదించుకొనిపోవుటయా? మఱియు నా సేనల కధ్యక్షుడైనసామాన్యబలపరాక్రమవంతు డగు దిలేర్‌ఖానుడా? ఇందేదియో విశ్వాసఘాతుకత్వ ముండితీరవలయును. ఆఁ! ఏమనుచుంటిని? నాకు బాల్యమిత్రుడును, నాయౌవనమందు సహాయభూతుడును, వార్ధక్యమున మంత్రియు నగు దిలేరుఖాన్ నన్ను మోసపుచ్చుననియా తలంచుచుంటిని? అది యసంభవము- దోషము-పాతకము''

[దిలేర్‌ఖాన్ ప్రవేశించి]

దిలేర్—బందగి, జహాఁపనా!

ఔరం—సేనానాయక! మన కపజయము సంభవించిన దని నే విన్న వార్త నిజమగునా?

దిలేర్—ఔను. సత్యమే!

ఔరం—యుద్ధముచేసి యోడిపోతిరా? భయపడి పలాయితులైతిరా?

దిలేర్—శ్రీవారు సెలవిచ్చినట్లు రెండుకారణములవలనను, మన కపజయము వాటిల్లెను. ఓహో! ఆరాజపుత్రుల పరాక్రమము! ఏమి, వారియుద్ధనైపుణ్యము! మనసైన్యము లుద్రిక్తులై శత్రువుల చెదరఁగొట్టి గృహాభ్యంతరమును జొచ్చిరి హోరాహోరిగ పోరాడిరి. కాని లాభము లేకపోయెను.

దిరబహిర్ద్వారముకడ మేము దుర్గాదాసాదులతో యుద్ధ మొనరించుచుండ, కాలజలధరమధ్యమునుండి విద్యుల్లత వెలయు చందాన రాణి ముక్తకేశయై, ఆయుధపాణియై, మానడుమను దుమికెను. చండీస్వరూపిణి యగు నామెను, ఆమె వీపు స్థలమున నొకవస్త్రముతో బంధింపబడియున్న యాడుబిడ్డను గాంచినంతనే నేను భయపడి "కొట్టుడు- కొట్టు"డని పురకొల్పఁ బ్రయత్నించితిని ; కాని కంఠము రుద్ధమయ్యెను. కరవాలము నెత్తబోవ నది క్రింద జాఱిపడియెను. ఆమోహనమూర్తిని గాంచుచు నే నట్లె నిలువఁబడిపోయితిని. నావెర్రి చేష్టల నవలోకించి మనసైన్యము చెదఱిపోయెను. ఇంకేమున్నది ?

శౌరం—ఛీ! దురాత్ముఁడా! సాధారణస్త్రీకంటె నధముఁడగు నీతో మాట్లాడరాదు. (నిష్క్రమించును.)

(దిలేర్ ఖాఁ వేరొకవైపునఁ బడిపోవును.)

సప్తమదృశ్యము.

రాణారాజసింహునియాలోచనామందిరము.

[సింహాసనస్థుఁడగు రాణాయెదుట శిశుహస్తయగు యశ్వంతుని రాణి కూర్చుండును. దక్షిణభాగమున కాసిం దుర్గాదాసు లుపవిష్టులై యుందురు.]

మహారాణి—రాణా ! నాయీపుత్రుని సంరక్షణభారమును కతిపయ దివసముల పర్యంతము మీరు వహింపవలెనని ప్రార్థింప వచ్చియున్నాను.

న్నారీరత్నములన్ తదీయసుతులన్ । రక్షింపఁ వీరాగ్రణుల్
లేరా? దేశముగొడ్డువోయె నకటా! । మ్లేచ్ఛుల్ దురాచారులై
కారింపంగని మిన్నకుండి రితర । క్ష్మానాయకుల్ పందలై.

రాజసింహుఁడు — రాణీ! నీపుత్త్రుఁడు నాకుఁ బైవాఁడు కాఁడు. వానిని రక్షించుభారము నాయది. (దుర్గాదాసు నుద్దేశించి) దుర్గాదాస్! ఈబాలునికూడ చంపనుద్దేశించియున్నాఁడా?

దుర్గాదాస్ — కాకున్నచో చక్రవర్తి కాశికెప్పుడో నేమిప్రయోజన మున్నది?

మహారాణీ — రాణా! ఒకపుత్త్రుఁడు- ఒకకన్య. ఇదియే నాసంపత్తి. ఈసంపత్తియె పరమార్థమని ఢిల్లీనుండి బయలుదేఱి వచ్చుచుండఁ దోవలో నాఁడుబిడ్డ మరణించినది. నా కులదీపకుండు ను- సద్యోజాతుండు నగు వీనిమాత్రము మీరు కాపాడినఁ జాలును.

రాజసింహుఁడు — రాణీ! పుత్త్రుని, నాప్రాణమునైన సమర్పించి కాపాడెదను. ఔరంగజేబుని యత్యాచారము క్రమక్రమాభివృద్ధిఁ బొందుచున్నది.

ఉ. కారణమేమొ దైవమె యెఱుంగు । గందగు మ్లేచ్ఛుఁడు తుచ్ఛుఁడై దురా
చారపరాయణుం డయి, ప్ర । జల్ తపియింపఁగ జేయుచుండె, నే
ధీరుఁడు సాహసింపకె, ప్ర । తిక్రియ కోపక మిన్నకుండె, హా!!
భారతమాత కెట్టి దుర । వస్థ ఘటిల్లెను నేఁటి కక్కటా.

అతఁడు తిరుగ హిందువులపై 'జిజయా' పన్నును విధించుచున్నాఁడు. మార్వాడదేశాధీశుఁ డగు యశ్వంతసింహునికుటుంబముపై కార్పణ్యము వహించియున్నాఁడు. ఇఁక నేను తూష్ణీంభావుఁడనై మెలఁగుట యపాయకరము; కావున నొకజాబును వ్రాసి

రక్షింపఁ బ్రయత్నము కావించెదను.

రాణి—జాబును లిఖించుటయా? అనునయవినయములతో నా దుష్టునిచెంతకు కమ్మ నంపుటయా? వలదు. వలదు. రాణా! ఈపర్యాయము మొగల్‌సామ్రాజ్యమును సమూలముగ విచ్ఛేదనము కావింపవలెను.

రాజసింహ—(ఆలోచించి) ఔ నది సత్యమే.

ఉ॥ వృద్ధుఁడనయ్యు నాకు నవి । వేకము వర్ధికిఁ బాఱుచుండె నా
క్రుద్ధుఁడు సామవాక్యముల । కుక్క జెవియొగ్గునె, సమ్మతించునే?
యుద్ధమొనర్చి, నిష్ఠురత । కోరిచి దర్పము సంహరించి ది
గ్బద్ధయశోధ్వజుండనయి । కాలముఁ బుచ్చెద మానినీమణీ.

(అని కాసిమ్‌వంకఁ దిరిగి) ఇతఁ డెవడు?

దుర్గా—ఇతఁడు నా బాల్యమిత్రుఁడు. ప్రాణభీతిని విడనాడి మా చిన్ని ప్రభువును మొగలులబారినుండి కాపాడెను.

కాసిం—రాణా! నాపేరు కాసింఉల్లా. దుర్గాదాసు నన్నొక యాపదనుండి రక్షించెను. ఆనాఁటినుండియు నే నితని భృత్యుండనై యున్నాను.

రాజసింహ—ఔరంగజేబ్! ఉన్నతపదవి నలంకరించియు, నీ వొక శిశువును హత్యగావింప నుంకించియున్నావు. చూడుము! ఈ కాసిమ్‌ను జూచి సిగ్గుఁ దెచ్చుకొనుము.

రాణి—రాణా! నే నాదుష్టాత్మునిపై పగదీర్చుకొనునిమిత్తము నారీజనమునకుఁ దగ్గు పరివేశ మొనరింపక బ్రతికియున్నాను.

రాజ—అట్లే కానిమ్ము. మీ యిరువురు నాయింట నిర్భయముగ నివసింపవచ్చును.

నారాజ్యమున నివసింతును. ఆపదసంపదలయందును- సుఖ దుఃఖములందును నాభర్తయే నాదైవము. అతని యాలయ మునసే నాకు మనశ్శాంతి చేకూరును.

రా. —అమ్మా! ప్రస్తుత మాస్థలమున నీవు క్షేమముగ నుండ జాలవు.

రాణి —అట్లుకాదు. సేను ఆపదనే కోరుచున్నాను. ఆపదయన్న నాకు భయములేదు. భూకంపమునందు జన్మించితిని. ప్రళయ మేఘశయ్యపైఁ బెరిగితిని తుఫానుచే లాలింపఁబడితిని. ఇక నా కాపదయన్న భయములేదు. ఆపదల నన్నింటిని గడచితిని. మిగిలినయాపద నాత్మహత్య- వాని నాపదనుండి రక్షించినఁ జాలును. ఇంతకు నాకర్మము నన్ను వెన్నంటియే యుండును.

చ. వనముననున్న, ఘోర రిపువహ్నుల మధ్యమునందు నున్న, దు
ర్జనులకుఁ జిక్కియున్న, జలరాశి మునింగిన, నదిమస్తకం
బున నివసించినన్, నిదురఁబోవుచు నుండిన, నెట్టివేళ నేన్
గనుఁగొన పూర్వజన్మకృత కర్మము పోషించు చునుండు జీవులన్.

(యవనిక జారును.)

ద్వితీయాంకము.

ప్రథమదృశ్యము.

స్థానము:—ఢిల్లీరాజప్రాసాదము- గుల్నార్ మందిరము.

[అక్బరుకూతుళ్ళగు రజియా, గుల్నార్ చెంతగూర్చుండి పాడుచుండును.]

గుల్నార్- రజియా! సంగీతము నీవెట్లభ్యసించితివి?

రజియా—నాతండ్రివలన నభ్యసించితిని.

గుల్నార్—పాటయనిన నాకసహ్యమే!

రజియా—నీకును, తాతగారికిని గాడిదకున్నంత స్వరజ్ఞానమైనను లేదు. నేను పాడినంతనే తాత నన్నుఁగొట్టవచ్చును. మీరు మనుష్యులై పుట్టుట మాకును, మావంటి పసివారికిని చేటు కలిగించుటకే.

గుల్నార్—(ఇంచుక కోపము నభినయించి) అధికప్రసంగము చేయక, చక్కనిపాటను పాడుము.

రజియా—(గొంతుక సవరించుకొని)

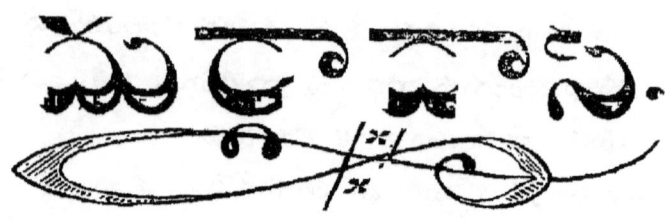

ప॥ సుందర రారా నిన్ను నమ్మితి నన్నేలురా-

మేలాచలమేలా యిది సమయమురా।

అ॥ సతతము నీప్రేమపాశము ననుబంధించగ-

కరుణను నీదు కౌఁగిటికిఁ గైకోరా॥

చ॥ సుగుణధామ సరసలోకాభిరామ।

(అని పాడును.)

[ఔరంగజేబు- అక్బర్ ప్రవేశింతురు.]

ఔరం—(రజియాను చూచి అక్బరుతో) అక్బర్! పరిపాలనాక్రమము నేర్చుకొనునిమిత్తము నిన్ను వంగదేశమునకుఁ బంపియుంటిని. అట్లు చేయక, నాయాజ్ఞనుల్లంఘించి నీవు నృత్యగీతాదులఁ గాలక్షేపము చేయుటయే గాక, నీబిడ్డనుసైతము పాట నేర్పి పాడుచేసినావు. నీ వింతపనికిరానివాఁడ వగుదువని యెన్నఁడును దలచలేదు

అక్బర్ (అవమానము వహించియుండును.)

ఔరం—ఇకనైన బుద్ధిఁదెచ్చుకొని మీవారుయుద్ధమున నీనైపుణ్యమును జూపి పేరుపొందుము. నీవెంట నేబదివేలసైన్యమును బంపెదను.

అక్బర్—(అంగీకార సూచకముగ తలనూపును.)

ఔరం—నీవు కేవలము విషయలోలుండవై యుంటఁజూచి సహింపజాలక, నిన్ను సన్మార్గమునఁ బెట్టఁదలంచి యిచటకు రావించితిని. నీసహాయమునకై దిలేర్ఖానును బంపితిని. నేనును-ఆజమును, దోబారినుండి వచ్చి మిమ్ములఁ గలసికొందుము. పొమ్ము.

(అక్బర్ నిష్క్రమించును.)

ఘోరయుద్ధము జరుగనున్నది.

గుల్ — ఘోరయుద్ధమా! సామాన్యజనపదమగు మీవారును ముట్టడించుటకా ఘోరయుద్ధమా? చక్రవర్తివంటి వారి కిది యొక తుచ్ఛకార్యము.

ఔరం — ఏనాఁడు స్వల్పసంఖ్యాకసైనికులతో రాజపుత్రులు గణనాతీతమగు మొగల్‌సైన్యముల నోడించిరని వింటినో, అప్పటినుండి రాజపుత్రులతో యుద్ధము నాగుపాముతో చెలగాటమని యనుకొంటిని. కావుననే కాబూల్‌దేశమునుండి "ఆజిం"ను బంగాళాదేశమునుండి అక్బరును రావించి, లెక్కకు మించిన సేనలతో వారిని యుద్ధమునకు బంపితిని. మీవారుముట్టడి స్వల్పకార్యమని తలంపరాదు.

గుల్ — మీవారును మీరు జయించినను, మానినను రాణిని, నామెపుత్రిసమాత్రము నావాదముల కర్పింపవలెను.

ఔరం — అందులకే యీ ప్రయత్నము.

ద్వితీయదృశ్యము.

ఆబూపర్వతమందలి యొకానొకదుర్గము.

[దుర్గాదాసు, ముకుందుఁడు, శివసింహుఁడు సంభాషించుచుందురు.]

దుర్గా — ముకుందసింహా! శివసింహా! మన చిన్నప్రభువుని మీ యిరువురియధీనమందుంచి పోవుచున్నాను. ఈస్థల మతిరహస్యము. ఏరికిని తెలియనీయరాదుసుమీ!

ఉభయులు — మాకంఠమున ప్రాణమున్నంతదనుక నట్లు కానేరదు.

దుర్గా — చక్రవర్తిసైన్యములు మీవారును ముట్టడింపవచ్చుచున్నవి. కుమారు నుదయపురమున నుంచుట శ్రేయస్కరము కాదని

గొని తెచ్చితిని.

సీ. తురకపన్నిన కపటవా । గురకుఁజిక్కి-
ప్రాణములఁబాసి గతియించెఁ । బ్రభువరుండు
అతనిపుత్త్రుని నితనిఁ । గాపాడవలయుఁ
గంటికిఁ ఱెప్పచందానఁ । గరుణతోడ.

ముకుంద—మీవారుముట్టడికి దగిన కారణములేవి?

దుర్గా—యశ్వంతశింహుని రాణికిని, 'నా మొతనయునకు నాశ్రయ మిచ్చుటొకటి. హిందువులపై నత్యాచారములు చేయకూడదని కఠినముగ వ్రాసినజాబు రెండవది. రెండవకారణము ఔరంగజేబుని యుద్ధమునకు ప్రేరేపించుటలేదని రూఢిగా చెప్పఁగలుగుదును.

ఉభయులు—సేనాపతీ! మహాప్రభుని ప్రాణరక్షణార్థ మీ యుద్ధమారంభమైనది. ఈవిషయముఁ మే మప్రమత్తులమై మెలంగెదము. ఈస్థలము మిక్కిలి రహస్యమైనది. మా సాహాయ్యమునకు మీరు రెండువందలయోధులనుంచి పొండు. ఇంచుకైన విపత్తు సంభవించినయెడల మీకు వర్తమానమంపెదము.

శివసింహు — చక్రవర్తియు సీరణరంగమునకు వచ్చుచున్నాడా?

దుర్గా—ఔను. చిత్తూరు, మండలగఢాదిదుర్గములు చక్రవర్తి వశము లయ్యెను. రాణావారు తమసేనలను పర్వతప్రదేశముల నడిపించుకొని వచ్చుచున్నారు.

ముకుంద—మహారాణి యెచ్చట?

దుర్గా—ఆయమ మార్వాడ దేశమునుండి పెక్కు సైన్యములతో మీవారునకు వచ్చుచున్నది ఇంక మీరు భోజనాదికము

పోండు!

(శవముకుంగలు నిష్క్రమింతురు.)

దుర్గా——(స్వగతమున) ఆహా! పరమేశ్వరా! ఏమి, నీసృష్టివైచిత్ర్యము! బహుకాలమునకుఁ దిరుగ మీవార్ మార్వాడదేశములేకీభవించినవి. ఈసంఘభావము శుభసూచకముగ నున్నది. గణనాతీతములగు మొగల్‌సైన్యముల నతిస్వల్పసంఖ్యగల నాసైన్యములతో గెలువలేనేమో యను నిరాశతో నుంటిని; కాని, యానిరాశాంధకారమును భేదించుటకు, మీవార్ మార్వాడదేశముల యైకమత్య మను, నాశాదీపక్షీణరేఖ కానఁగుచున్నది. కానిమ్ము. ప్రయత్నించి, దీని పరిణామ మెట్లుగునో చూచెదఁగాక! ఉభయదేశసైన్యములను నాశక్తికొలంది ప్రేరేపించెదఁగాక.

మ. సమరోత్సేక విజృంభణంబున నిరాశాదోర్బలోద్రేక వి
క్రమముల్ వెల్లడిఁజేసి మ్లేచ్ఛకదళీకాంతారవిచ్ఛేదన
క్రమఘాటిన్ బ్రకటించి, హైందవ జనప్రఖ్యాతి స్థాపింపఁ బూ
ర్వము పోరాడిన వీరులం దలఁచి మత్ప్రాగల్భ్యముల్ జూపెదన్.

జయ్. జన్మభూమికిజయ్. (ప్రస్థానము.)

తృతీయదృశ్యము.

రాణారాజసింహుని యాలోచనామందిరము.

[జోధపురపట్టమహిషియు, దుర్గాదాసాదిరాజపుత్రసామంతగణము నుచితాసనాసీనులైయుందురు.]

విక్రమ——సమ్ముఖయుద్ధమున మొగల్‌సైన్యము నెదుర్కొనిన బాగుగనుండునని తలఁచుచున్నాను.

న నెదుర్కొనుట సాహస మనిచెప్పఁగలను.

గోపీ—మన స్వల్పసైన్యముల ననేకవిభాగములుగ చేసి శత్రువుల మార్గముల నరికట్టుట యుక్తిసంగతమని నాతలంపు.

రాణా—సగరేంద్రదాస్! పర్వతప్రదేశములం గల ప్రతిగృహమును, ప్రతి మార్గమును నీవు బాగుగ నెఱుంగుదువు. నీయభిప్రాయ మేమియో తెలుపఁగోరెదను.

సగర్—రాణా! శత్రుసైన్యములను పర్వతప్రదేశములఁ జొరనిండు. ఆసేనలన్నియు నాపథములనుండి బయటికివచ్చుట కవకాశ ముండదు. అపుడు మనము వారి నాక్రమింపవచ్చును.

రాణా—(అందఱను దర్శించి) ఈపద్ధతికి మీరు సమ్మతింతురా?

అందఱు—ఆహా! తప్పక సమ్మతింతుము.

రాణా—రాణీ! నీయభిప్రాయమేమి?

రాణీ—అందఱియభిప్రాయమే నాయభిప్రాయము. మీరు యుద్ధమునఁ బాల్గొనరా యేమి?

రాణా—మహారాణీ! శత్రుసైన్యములు మూఁడు విభాగములై మూఁడుమార్గముల మనల నెదుర్కొనుచున్నవి. మొదటిది అక్బర్ యధీనమున ఉదయపురమార్గమున నున్నది. రెండవవిభాగమునకు దిలేర్ఖాను డధినాయకుండై దోసురీపథమున వేచియున్నాడు. దోబారీపథమున స్వయముగఁ జక్రవర్తియే సేనాసమేతుఁడై యున్నాడు; కావున నేను మీతో నేకభవించుట కవకాశము లేదు.

రాణీ—అయినచో నేను నాసేనలతోఁ జక్రవర్తి నెదుర్కొనఁబోవు దును. మీ రేమందురు?

రాణా—గణనాతీత మగుసైన్యముతో వచ్చుచున్న వాఁడగుట నెదు ర్కొనుట యపాయకరము. ఏమి దుర్గాదాస్ !

దుర్గా - చిత్తము ప్రభువులు సెలవిచ్చినది నిక్కువమే ?

రాణా—అయినచో నీయుభయ సైన్యముల కధినాయకునిగా నెవరిని నియమింపవలయును ?

అందఱు—(ఏకగ్రీవముగ) ఏమీ ! ఏమహాత్ముని నామశ్రవణ మాత్రాన శత్రువులగుండియలు ఝల్లుమనునో, ఏపరమపురుషునియాజ్ఞ నుల్లంఘింప, నోరులేని జంతుజాలముసహిత మొల్లకుండునో, యట్టి యనుపమానబలపరాక్రమునగు దుర్గాదాసుఁడుండ, నన్యులెవ్వ రీయుభయదేశసైన్యముల కధ్యక్షుండు కాసమర్థుడు ?

రాణా — దుర్గాదాసవీరాగ్రణీ !

మ. పరభూమీధవరాజహంసలకుఁ బ్రావృట్కాలతుల్యమై
గరళగ్రీవ విలోచనానలశిఖాకారంబునం గ్రాలి, నీ
కరముంబట్టి, సమస్తవైరి కదళీ కాంతారసంహార భీ
కరకార్యాచరణంబునన్ మెలఁగు నీఖడ్గంబు శోభించుతన్.

[అంత రాణాప్రథమపుత్రుఁడగు భీమసింహుని ప్రవేశము.]

భీమ - (తండ్రి కభివందనము నాచరించినపిదప మిగిలినవారికి నమస్కారము చేయును.)

రాణా—(కన్నీరు కార్చుచు) నాయనా ! రమ్ము ! నిన్నుఁ జేరఁబిలచుటకు నైన నాకధికారము లేదు. ఔను. నారాజ్యమునుండి నిన్ను పాఱఁద్రోలినపిమ్మట, నిన్నుఁ బిలచుటకైన నా కధికారమెక్కడిది ?

భీమ—తండ్రీ ! అధికారము లేదనియా పలుకుచున్నారు ? పరదేశములందు నివసించుచుంటి ననుమాటయే కాని, రాత్రింబవళ్లు

మునందేమి, సంతతము నా దేశము - ఆ మీ వాయుభూమియం దలి ఘనశైలమాలలు - యాటవికప్రదేశములు - సమస్తమును నాకండ్లయెదుటనే తాండవమాడుచుండెడివి. అట్టి నా జన్మభూమికి ముప్పువాటిల్లినపు డామె నాపదలనుండి విముక్తిఁ గొందఁజేయుట నావిధి కావున, మీరు వర్తమానముఁ బంపిన వెంటనే బయలుదేఱి వచ్చినాఁడను. భవదభీష్టములను దీర్చ ప్రాణత్యాగమునైన చేయుట నావిధి. ఇట్టి సందర్భమున నన్నుఁ జేరఁడి పిలచుటకు మీకధికారము లేదని పలుకుట న్యాయము కాదు.

[ఆసనమునుండి లేచి రాజసింహుఁడు పుత్రుని కౌఁగలించుకొనును. ఆసమయమున నతని ద్వితీయపుత్రుఁ డగు జయసింహుఁడు ప్రవేశించును.]

రాణా—(ఆశ్చర్యమున) జయసింహుఁడా!

జ:—(కోపోద్దీపితుఁడై) తండ్రీ! నీ వింతపక్షపాతముగలవాఁడవని నే నెఱుఁగకపోతిని. నీ ద్వితీయపుత్రుఁడు సజీవుఁడై యుండఁగ, వాని దేహమున ప్రతినాళమునందును, క్షత్రియరక్తము ప్రవహించుచుండ, మాతృదేశరక్షణార్థము, దూరముననున్న తనయునికి వర్తమాన మంపి, నాకా వార్త లేశమైనను తెలియఁ బఱుపకుండుట పక్షపాతము కాదా—యన్యాయము కాదా?

(అని నిష్క్రమించును.)

రాణా—(సామంతులతో) చూచితిరా, సామంతులారా! విషయలోలుండై రాజకార్యములవంక నెన్నఁడును తిరిగిచూడని జయసింహుఁ డీయుద్ధమున పాల్గొనఁడని యూహించి, భీమునకు

వర్తమానముం జంప, నాపై నెట్టియపవాదమును మోపెనో చూచుడు! భీమా! తత్క్షణము రాజ్యమును వీడిపొమ్ము!

భీమ — మాతృభూమికి జయ్! (అనుచు నిష్క్రమించును.)

రాణా — (అందరకును బోవ ననుజ్ఞ నొసంగి, స్వగతమున) సరస్వతీ! నీనైపుణ్యముచే జయసింహు నుత్తేజితుని గావింపఁజాలితివి. నిన్నెంతయు మెచ్చుకొంటిని. నివురుగప్పిన నిప్పువలె వానిలో నణంగియుండిన యుద్రేకానలమును ప్రజ్వలింపఁజేసిన నీచాతుర్యమున కెంతయు సంతోషించితిని. కాని వాఁడు అరిగి నుల మాయలలో బడకుండఁ గాచుకొనుము.

(నిష్క్రమించును.)

చతుర్థదృశ్యము.

చిత్తూరు సమీప కాననప్రదేశము.

[ఔరంగజేబు — దిలేర్ఖానుడు — చక్రవర్తికుమారుఁడు షహ ఆజిమ్-శ్యాముసింహుడు నిల్చియుందురు]

ఔరం — దిలేర్ఖాన్! ఈ యుద్ధమున నీవుసైతము నోడిపోతివా?

దిలేర్ — నే నోడుటయే కాక సమస్తమును గోల్పోతిని.

ఔరం — అక్బరుసమాచార మేమైన తెలిసికొంటివా?

దిలేర్ — అతనింగూర్చి నేను మిక్కిలి యశుభమును వింటిని. ఆరావళీపర్వతప్రాంతమున నతఁడు రాణావారి రెండవకుమారుఁడగు జయసింహుని హస్తగతుఁడై బందీగా కొనిపోఁబడినాడట!

ఔరం — బందీగా కొనిపోబడెనా! హిందూస్థానమునకుఁ గాబోవు సామ్రాట్టగు అక్బర్ రాజపుత్రుల హస్తగతుఁడయ్యెనా?

వక్త్రి అక్బరా? నేఁడొక నూతనాంశము వెల్లడియైనది.

దిలేర్—శ్రీవారుకూడ పరాజితులై 'దోబాగ్' ని విడచి చిత్తూరుదుర్గము నాశ్రయించిన ట్లున్నది.

ఔరం—దిలేర్! రాఠోర్ సేనాపతియగు దుర్గాదాసు నన్నోడించి, నాసర్వమును గైకొని, తుదకు నాకుఁ బ్రాణాధిక యగు బేగమును కూడ నెత్తుకొనిపోయెను.

చం॥ హయగతిఁ జేగుదెంచి మన । యాశ్వికులన్ దునుమాడి యుగ్రుఁడై
జయ మనియార్చి పేర్చి యొక । సక్కెములాడి "మదీయరాజ్ఞికిన్
ప్రియమిది" యంచు నన్ గవిసి । బేగము వేగమునన్ హరించి ని
ర్భయముగ స్వేచ్ఛఁగన్ వెడలె । వానిపరాక్రమ మింత యొప్పునే.

దిలేర్—జహాఁపనా! దానికై వగవనేటికి? బహుప్రత్యగ్రతచే నీ పత్న్యాయను మనము సులభముగ ఢిల్లీని చేరఁగలుగుదుము.

ఔరం—ఈయవమానముతో ఢిల్లీకిఁ బోవుటయా? అసంభవము! ఈదుఃఖసమయమున నీవు పరిహాసము లాడకుము. మొగలుల కెన్నఁడు నిట్టియవమానము ..

దిలేర్—మీవలనఁ దప్ప మఱియెవ్వరివలనను సంభవించుట లేదు.

ఔరం—నావలనఁ గాదు. ఇందుకు నీవే కారణము. దౌర్భాగ్యవశమున నేఁడు మాసేవలకు నీ వధిపతివగుటవలన నవమానము సంభవించినది. యశ్వంతసింహుఁడే బ్రతికియున్నచో.... .

దిలేర్—శ్రీవారు భవిష్యత్తు నించుక యాలోచించియున్నచో, యశ్వంతసింహుఁడు జీవించియుండెడివాఁడు.

ఔరం—దిలేర్ఖాన్! ఏమనుచుంటివి?

దిలేర్—జనాబ్! నిర్భయముగ పలుకుచున్నాను. వినుడు. వీరమల్-టీకమ్‌మల్-భగవాన్‌దాసాది మహావీరుల భుజాశక్తిచే

నమును త్యజించి, దేశద్రోహు లయినట్టి శ్యామసింహునివంటి కుటిలాత్ములను స్నేహితులుగాఁ జేసికొని, కునీతిని రాజ్యపరిపాలన మొనరించుచున్న తమరు ధ్వంస మొనరించుచున్నారు. జనాబ్! ఇకనైన మేల్కాంచి, యజ్ఞానతిమిరమును జ్ఞానదీపికచే నశింపఁజేసి, హిందూమహమ్మదీయులను సమభావమునఁ బాలింపుడు. మీ కేమియు భయముండదు. అట్లుకాక, మీరు శ్రేష్టుల సింకను మానకేని, పేరుప్రఖ్యాతులు లేక నశింతురు. మీ శ్రేయోభిలాషినై నిర్భయముగఁ జెప్పవలసి వచ్చిన నాపలుకు లాలించిన మేలగును.

ఔరం— దిలేర్ ఖాన్! ఆవిషయమును గూర్చి బాగుగ నాలోచింతము. ప్రస్తుతము నే నస్వస్థచిత్తుఁడనై యున్నాను. పోయి విశ్రమించెదను.

(నిష్క్రమించును.)

అజిం— (అస్పష్టముగ) అక్బరు భావిచక్రవర్తియగునా? ఎన్నటికిని గానీయను. (అని కన్నెఱ్ఱఁజేయును.)

దిలేర్— షాజాదా! ఏమి యోచించుచున్నారు?

అజిం— ఆసంగతిని మీతోఁ జెప్పకూడదు.

(అనుచు త్వరితగతిని నిర్గమించెను.)

[అక్బర్ ప్రవేశించును.]

శ్యామ— బందగీ, షాజాదా!

దిలేర్— షాజాదా! మీరు శత్రువులచే ఖైదీగాఁ గైకొనఁ బోఁబడినా రని వింటినే. అది యసత్యమా, యేమి?

అక్బర్— (నతమస్తకుఁడై) అసత్య మెట్లగును?

అక్బర్—లేదు. ఆహా! రాజపుత్రజాతి! ఏమి నీ దయాశీలత! ఏమి నీ శాంతస్వభావము! (దిలేరువంకతిరిగి) సేనానాయక! పంజరములోని చిలుకవలె నే నాపర్వతమార్గములఁ జిక్కి, ససైన్యుఁడుగ నిరాహారుఁడనై చావనున్న సమయమున, జయసింహుఁడు తండ్రిపంపున నాకొఱకు భోజనాదులఁ దెచ్చి, నన్ను క్షమించి విడచినాఁడు. అంతకంటె నేమి కావలయును?

దిలేర్—ప్రాణములతో స్వగృహమును చేరితి నని యానంద మొందుచుంటిరా? ఛీ! ఛీ! లోనికిఁబొండు.

(అందఱు నిష్క్రమింతురు.)

పంచమదృశ్యము.

రాజపుత్రశిబిరము.

[జోధపురరాణీ—రాణాయు నుపవిష్టులై యుందురు—సామంతగణము తన్ను పరివేష్టించియుండ, మొగల్ సామ్రాజ్యపతాకమును ధరించి దుర్గాదాసు నిలువఁబడియుండును.]

రాణా—మొగలులను మీవారునుండి పారద్రోలి రాజపుత్రుల నుద్ధరించినందులకు, దుర్గాదాసునకు సాధన్యవాదములు.

రాణీ—మదభిప్రాయానుసారము, నా వైరియగు గుల్నారును బంధించి తీసికొనివచ్చిన దుర్గాదాసుఋణమును నేను తీర్చుకొనఁజాలను.

రాణా—ఏమీ! దుర్గాదాస్! గుల్నారును తక్షణమును విడువక కై దీసికొనివచ్చితివా?

దుర్గా—రాణా! నేను సేనానాయకుఁడను మాత్రమే. యుద్ధభూ

టయు నావిధి. వారిని విడిచిపెట్టుభారము మీయది.

రాణా—తక్షణము పోయి, గుల్నారును సగౌరవముగ పాదుషాచెంతికుఁ బంపివేయుము.

రాణి—అట్లేలచేయవలయును?

రాణా—అంతఃపురనారీజనముతో మనకేమి ప్రయోజనము? అదియుంగాక యబలలను నేను శిక్షింపను.

రాణి—రాణా! ఈ ఘోరయుద్ధ మెందులకు సంభవించెనో, నేను మిమ్ముల నేల శరణుజొచ్చితినో, ఈయుద్ధమున నేనే గుల్నార్ హస్తగతనై యుండినచో నామె నన్నేమిచేసియుండునో, బాగుగ నాలోచించి యీమాటను వినుపుడు. నే నామెను శిక్షింపక విడువను.

రాణా—శిక్షించుటయా!!

రాణి—ఔను. ఏ పాపాత్మురాలు నన్ను గుట్టలనక, పుట్టలనక, రాత్రింబవళ్ళనక, యెండవానలనక, యొకచోటునుండి మరియొకస్థలమునకు భిక్షుకురాలివలె త్రిప్పించెనో, రాక్షసస్వరూపిణియగు నేస్త్రీ నాపతి పుత్రులబ్రవింగనో, యట్టి గుల్నారుఁ బీగమును శిక్షించెదను.

రాణా—ఎట్టిశిక్షను విధింప సమకట్టితివి? ధర్మాధర్మముల విచారించి పాపులకు శిక్షనొసంగువాఁ డొకఁడున్నాఁడుకదా! వానికృపవలన నధర్మమెన్నటికైన నాశమొందును. వేగిరపడక శాంతి వహించుము.

రాణి—రాణా! ఎట్టిశిక్షను విధించవలయునో నే నాలోచించి పలికెదను. ఆమె ప్రతియంగమునందు సూదులఁ గ్రుచ్చినను,

ముల- నామెను త్రోసినను నాకు సంతృప్తికలుగదు. ఆలోచించి, యెట్టిశిక్షనొసంగవలెనో తెలిపెదను.

పాపులకు శిక్ష నొసగువాఁ డొకఁడున్నాఁడు. నిజమే. అతఁడెక్కడున్నాఁడు. వజ్రాఘాత మొక్క నిరుపేదపైనే కాక, ధనవంతుల మేడలపైఁ బడుచున్నది. దావానల మొక్క పేదవాని కుటీరమునే కాక ధనికులసౌధములను ధ్వంసముచేయుచున్నది. మహానిల మొక్క మొలకలనే గాదు, ఘనమహీరుహములను పెల్లగించుచున్నది. ధర్మాధర్మవిచక్షణుఁ డెక్కడ? అతఁ డెక్కడ? అతఁడు మొట్టమొదట సాధువుల- న్యాయపరుల- కుత్తుకలనే పిసుకును.

రాణా! ఎన్నటి కైన నధర్మము నాశమొందును. ఎప్పుడు నాశమొందును? ఎంతదనుక వేచియుండఁగలము? సరళస్వభావులు శాంతి నాశ్రయించుచున్నారు. శఠులు వారివంక చూడనైన చూడరు. సత్య మనృతముయొక్క దాసియైయున్నది, కాని యనృతమునకు దయరాదు. న్యాయ మన్యాయముతోఁ జిరకాలమునుండియుఁ బోరాడుచుండియు- నోడుచున్నది. పురాతనమగు- భగ్నమగు ధర్మమందిరమున- నధర్మమనెడు జయభేరి మ్రోగుచున్నది. ఇఁక నెప్పుడు ధర్మస్థాపనమగును? ఎంతవఱకు వేచియుండఁగలము?

రాణా—ఏమైనను సరే, స్త్రీని శిక్షించుటకు నేను సమ్మతింపను. మురాదాన్! తక్షణము బేగమును ఢిల్లీకిఁ బంపివేయుము!

రాణీ—మురాదాన్! నీవు నాభృత్యుడవు కాని, రాణావారి భృత్యుఁడవు కావుసుమీ!

మురా—అట్లు కాదు. ఈయుద్ధమున మే మందఱము రాణావారిసేవకులమే. వారు చెప్పినట్లు నడచుకొనక తీరదు.

క్షమించుడు! ఉద్రేకపూరితహృదయనై యట్లంటిని. క్షమిం
మడు! కాని, యీనాతీవ్రమనోవేదనను- గాఢమగునా యాం
తర్దాహమును బాగుగ తెలిసికొని, బేగమును నాసమక్షమున
నిలువనిత్తురేని, యామెను విచారించి విడచిపుచ్చెదను.

రాణా—అట్లేకానిమ్ము. (సేవకుని, బేగమును దెమ్మని యాజ్ఞాపించు
ను. వాడు రయమునపోయి బేగముతో ప్రవేశించును.)

రాణి—(గుల్నారుతో) బేగంగుల్నారునకు సలాం!

గుల్నా—జోధపురరాణియా?

రాణి—ఔను. ఇంతలోనే మరచితివా? నాపతి పుత్రులనుమ్రింగి,
దాహముతీరకుంటచే, నన్నును, నాపసిపాపను చంపుటకై
పాదుషాచేత నీమహానాటకమును నాడించిన నీవు, నన్ను,
ఇంతలో మఱచితివా? పాపము!! ముగ్ధరాలవే?

గుల్నా—(దుర్గాదాసు నవలోకించి) ఇది జేనా, దుర్గాదాస్! నన్ని
చ్చటికేల తీసికొనివచ్చినారు?

దుర్గా—నేనే దుర్గాదాసుడు. విచారణ మొనరించుటకు దీసికొని
వచ్చితిమి.

గుల్నా—ఎవరిమొకుట?

రాణి—నాసముక్షమున "చింతచచ్చినను పుల్లచావలే" దన్నట్లు
పలుకు లింకను గాంభీర్యముగ నున్నవే! దుర్గాదాసువంక
తీవ్రదృష్టుల నిగుడించుచున్నా వేమి? "ఈతుచ్ఛుడు నన్ను బం
ధింపనంతటివాడా" యని యోచించుచున్నావా యేమి?

గుల్నా—నేను మీఖైదీని. ఏమిచేయ నుద్దేశించియున్నారో చేయ
వచ్చును.

[illegible] — ఈయుద్ధమున [illegible] బంధించియుంచినను, [illegible] శిక్షను విధించియుందువు ?

గుల్నా — నాపాదోదకమును నీచేఁ ద్రావించియుందును.

రాణి — [illegible] నాథైదివి. నిన్ను నాయిష్టమువచ్చిన శిక్షకుఁ బాత్రురాలినిఁజేయ సమర్థురాలనైయైనను, నిన్ను క్షమించి విడిచి పుచ్చుచున్నాను. ఇది మాధర్మము. పొమ్ము !!

(ఒకసేవకుఁడు గుల్నారును శృంఖలావిముక్తనొనరించి, ఆవలకుఁ గొంపోవును.)

దుర్గాదాస్.

తృతీయాంకము.

ప్రథమదృశ్యము.

స్థలి - రాజప్రాసాద పశ్చాద్భాగముననున్న ప్రమదావనము.

[సేనానాయకుఁడు, తహాబరును, యువరాజగు
నక్బరును మాట్లాడుచుందురు]

తహాబర్ — తుదకు మీ రాభూధరమధ్యప్రదేశమున, బోనులోఁ బడిన యెలుకవలె నటునిటుఁ దిరుగుచుండఁగ, బర్వతాగ్రముల నున్న రాజపుత్రులు మిమ్ములఁగని పరిహాసమాడిరి కాఁబోలు!

అక్బర్ — నేను తండ్రియాజ్ఞానుసార మాపర్వతములనుండి నా సైన్యములను తీసికొనిపోవుచుండ, నాకొకసందు కానవయ్యెను. ఆ మార్గమునఁబడి కొంతదూర మేగుసరికి నావలకుఁ బోవుటకు మార్గము లేకుండెను. అం దిరువురుమానవులు వరుసను నిలువబడుటకైన వీలు లేకుండెను. మరల వచ్చినదారినే పోవుద మని యత్నింపఁగా నాత్రోవయు నరికట్టఁబడెను.

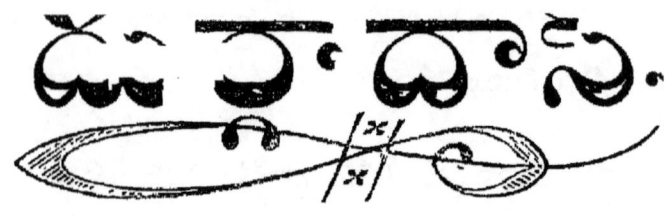

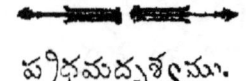

ఆజిమ్—అక్బర్! నీ వీ వార్తను వింటివా?

అక్బర్—ఏమది?

ఆజి—హావారుయుద్ధమునందు నీవోడిపోతివని, తండ్రిగారు నీపై మిగుల కోపించుచున్నారు.

అక్బర్—అయిన నన్నేమందువు? నేనొక్కడనె యోడిపోతినా? నే నానాయకుండగు దిలేర్ఖాను......

ఆజి—అతనిపై సైతము తండ్రిగా రమితక్రోధమును వహించి యున్నారు.

అక్బర్—మరి తండ్రిగారో? మీరో? మీరందఱును విజయము గాంచినారు కాబోలు?

ఆజి—నేను యుద్ధముచే పరాజితుండనైతిని.

అక్బర్—తానో?

ఆజి—నీవు స్త్రీవిషయలంపటుండవై రణవిద్యానభిజ్ఞుండవైతివని నాన్నగారు తలచుచున్నారు.

అక్బర్—అయిన నన్నేమిచేయమందువు? నేను విషయలంపటుడను—భీరువును—అయిన నేమాయె?

ఆజి—ఏమియును లేదు, కాని భ్రాతృభావమున నీకు బోధచేయుచున్నాను వినుము. నీపై నత్యంతకృద్ధుండైయున్న తండ్రికంటెఁ బరకూటులు నీకు శ్రేయస్కరము.

(అని నిర్గమించును.)

తహాబజ్—కుమారా! పరిస్థితులేమియు బాగుగా లేవు. యుద్ధమున నీ యపజయము మనపక్షమునకుఁ గారణభూతమగునని తోఁచుచున్నది.

తహాబు —నీకుఁ జక్రవర్తిత్వము సంప్రాప్తించునను మహదాశయముం
డెడిదికదా! ఇపు డది భగ్నముకానున్నది.

అక్బర్—అయినచో నన్యుఁడెవడు చక్రవర్తి కాఁగలవాఁడు?

తహా—ఆజం సంభాషణమును బట్టి యోచింపగా నతడే భావిచక్ర
వర్తియని తెల్లమగుచున్నది.

అక్బ—ఔను. తండ్రిగారును, ఆజమును, గుల్నారునుసహిత మోడి
పోయిన మహావీరులు. రాజపుత్రులు పరమకారుణికులు
కావున నామెను విడిచిపెట్టిరి. కాని.........

తహా—ఆజమ్ పరాజితుడగుట నిజమేయైనను, ఆపరాజయము తండ్రి
గారిది కారణము. ఆతడు తండ్రిగారియధీనమున బోరాడెను.
కావున నుమారు నేమియు ననఁజాలఁడు. మీరు స్వయముగ
సేనాధిపత్యమును వహించి, యపజయము నొందితిరి కావున,
తండ్రికి, మిమ్ముల నిందించుట కవకాశము చిక్కెను.

అక్బ — మఱియొక కారణము గలదు. నావలె మద్యపానరతుఁడుకాక.
ఆజము దినమున పదిపర్యాయములు నమాజుచేయుచుఁ దండ్రి
గారిని సంప్రీతులఁ జేసికొనినాఁడు. నన్నుఁబోలె నృత్యగీతా
దులం దభిరక్తి చూపనివాఁడు కావున తండ్రికిఁ బ్రేమపాత్రుఁడై
నాఁడు.

తహా—ఆజమువలెఁ బ్రవర్తించుటకు మీ కేలప్రయత్నింపఁ గూ
డదు?

అక్బ —రాజ్యపరిత్యాగమున కొడంబడుదును కాని, యానీచునివలె
సురను- వేశ్యను- గానమును విడిచిపెట్టను.

తహా — మాటలాడకుఁడు. పాదుషావా రిచ్చటి కేతెంచుచున్నారు.

[దిలేర్ ఖానుతోఁ జక్రవర్తి ప్రవేశించును.]

ఔరం—ఆహా! సమస్తమును గోల్పోవుచున్నానే! మీ వారియుద్ధమున నపజయమే కాక, మరల దుర్గాదాసు గహ్లోట్ వారిని గెలుచుకొనెనా? పురమండలమున, సుజల్‌దాస్ రోహిలాల నోడించెనా?

దిలే—జహాఁపనా! మనవారి నోడించుటయే కాదు. ఖురానాది పురాణగ్రంథములను కాల్చివేయుచున్నారు. మసీదులను భగ్నము కావించుచున్నారు. శ్రీవారు నిజమతప్రచారమునకై హిందువుల నెన్నికష్టముల పాలొనరించిరో, యంతకు పెక్కురెట్లు మహమ్మదీయు లిపు డనుభవించుచున్నారు.

ఔరం—ఏమీ! మతధర్మములపై సైతము నత్యాచార మొనరించుచున్నారా?

దిలే—ఈవిషయమున శ్రీవారే వారికిఁ బ్రథమోపదేశికులు. ప్రభువువారు జిజియాపన్నును విధించక, వారిని సమభావమున నేలినచో, రెండుజాతులును భద్రముగ నుండవచ్చును.

ఔరం—(పండ్లు కొరుకుచు) నాకంఠమున ప్రాణము లున్నంతదనుక ముసల్మానులు ముసల్మానులే! హిందువులు హిందువులే. తహబర్! వెంటనే నీవు కొంతసేనను తీసికొని మార్వాడదేశముపై దండెత్తవలెను. అక్బరును కూడ నాకార్యమందు నియమించితిని. ఈయుద్ధమున నీవు విజయము పొందవేని నీకుత్తుక నుత్తరించి, కాకులకు గ్రద్దలకు నిమాంసఖండముల వెదఁజల్లుదును. ఇది నాచరమప్రయత్నము.

(నిష్క్రమించును.)

ం—దిలేర్! దీనికి మీ రేమందురు?

దిలే— మీవారియుద్ధమున నాకుఁ బ్రాయశ్చిత్తమైనది. మీ లోకనారి మార్వాడయుద్ధమును పరీక్షించి చూచుకొను- రండు. రండు. సావధానముగఁ బ్రసంగించుకొనవచ్చును.

(అని యిరువురు నిష్క్రమింతురు)

ద్వితీయదృశ్యము.

ఢిల్లీరాజప్రాసాదాంతఃపురమందు కల్యాణి నివసించుగది.

[ఏకాకినియై, కల్యాణి కూర్చుండును.]

కల్యాణి —

శా. నీమోముంగని చంద్రబింబ మని వర్ణింపఁగ గళంకంబుతో
దీమాత్రింబును, దివ్యమూర్తిపగు ని న్నేరీతి వర్ణింతు? వన్
వ్యామోహంబుగనుండి ప్రేమందగదే! ప్రాణేశ! ప్రేమించి, యీ
రామారత్నముఁ గౌఁగిలించి రతిసామ్రాజ్యంబుఁ బాలింపవే.

ఆహా! ఆవిశాలవక్షస్స్థలము- ఆయున్నతప్రశస్తలలాటఫలకము- ఆజానులంబితబాహుద్వయము- ఆశరీరసౌందర్యమును సంతతము నాకన్నులయెదుట నాదివ్యమూర్తి తాండవమాడుచునే యున్నది. దుర్గాదాస్! ఒకటిరెండు తక్కువగ, నీయందు ద్వాత్రింశల్లక్షణములును పొడసూపుచున్నవి. దివ్యమంగళమూర్తీ! ఈమొగల్సామ్రాజ్య మంతయు నెవరికొరకుబడిలోనున్నదో తెలిసికొంటివా? ఏస్త్రీముఖావలోకనమున నెట్టి జితేంద్రియుండైనను చలించిపోవునో, ఏయబలాకరస్పర్శముచే నెంతటి విరాగియైనను సరాగియగునో, ఏలలనాసందర్శనాలాభమునకై చక్రవర్తులవంటివారు భగీరథప్రయత్నముల చేయుచున్నారో, ఏనారీమణి సౌందర్యావలోకనమున, వాయుపుత్రునిబోలు బ్రహ్మచారులు ముగ్ధులై కృపాకట

త్రాకాంతి ప్రసరణమునకుఁ గాముకపురుషులు కనుల మూసెదరో, యట్టి గుల్నారు నేఁడీసమస్తసామ్రాజ్యమును నిజేచ్ఛాచారము పాలింపుచున్నది. అట్టి నేను నీలావణ్యవాగురకు లొంగి ... , యటకు రాఁజాలకున్నాను. మిగుల వ్యాకులతఁజెందుచున్నాను. నన్నుద్ధరింపరమ్మా! ఒక్కసారి నాకు దర్శన మిమ్ము. ఆనాఁడు మీవాఁడుచూడి నన్ను భద్రముగ రక్షించి తెచ్చితివి. నీ వతికారుణికురాలవు. నీపొందుఁగోరి, నిద్రాహారముల మాని, మదనశరదగ్ధహృదయుఁడనైయున్న నన్నొక్కసారి చూడుము. ఏమీ! సౌందర్యమున రతీసమానురాలవగు నేను దైన్యమున నిన్నింత వేడుకొన్నను పలికిలుగకున్నదా? నీహృదయము పాషాణముకంటె ఘనమై పోయెనే! ఛీ ఛీ! ఇక దైన్యమును వహించుటవలన లాభము లేదు. అనలికాలమున నీదర్పము నణఁచి, నిన్ను స్వాధీనపఱచుకొందును చూడుము.

[రజియా పాడుచుఁ బ్రవేశించును.]

రజి—ఓహో! జమ్మాజాన్! ఎన్నఁడును నొంటరిగ నుండుట కలవాటులేనివాఁడవు, నేఁడేకాకివై, దీర్ఘాలోచనము చేయుచున్నావేమి?

గుల్నా—కొన్నిదినములనుండి నే నిట్లుండఁగోరెదను. అప్రసంగములో నీకు పనిలేదు, కాని, రజియా! ఆనాఁడు పాడినపాటను మఱొక్కసారి వినుపింపుము—

రజి—ఓహో! సంగీతముపై నెంతప్రీతి జనించెను? ఒక్కక్షణము తాళుము. లోనికిపోయి వీణను తెచ్చెదను.

(లోనికిఁ బోవును.)

సైన్యములను బంపుము. ఈయుద్ధమున నాపాషాణహృదయుని జయించి, నాయెదుటకుఁ దీసికొనిరమ్ము.

(పటపరివర్తనము.)

7/63

తృతీయదృశ్యము.

[మార్వాడదేశసమీపపర్వతప్రదేశమున దుర్గాదాసుఁడును రాణా పెద్దకుమారుఁడగు భీమసింహుఁడు నిలుచుండి—దూరమున నున్న గ్రామమున జరుగుచున్న కోలాహలమును గాంచుచున్నారు.]

దుర్గా—భీమసింహా! చక్రవర్తి తనసమస్తసైన్యములతోడను మార్వాడు నాక్రమించుచున్నాడు. ఈయుద్ధమున రాజపుత్రజాతి క్షీణించునో, యభ్యుదయమునొందునో తెలియఁగలదు. ఇది మనకు జీవన్మరణ సమస్య. వీరులందరు నీమహాసమరమునఁ బ్రాణముల నర్పింప నిశ్చయించుకొనవలెను.

భీమ—నే నందులకే వచ్చియున్నాను.

దుర్గా—శిశోదీయవీరాగ్రణీ! నీ బలపరాక్రమములును, నీ శౌర్యమును, స్వార్థత్యాగమును, చక్రవర్తికీయుద్ధమున సంపూర్ణముగఁ దెలియఁజేయవలెను.

భీమ—సేనాపతీ! మీరు విశ్వసింపఁగోరుచున్నాను. నాకొఱకు- నా తండ్రికొఱకు- నా రాజ్యముకొఱకును మదీయప్రాణముల నర్పింప సంసిద్ధుఁడనై యున్నాను. నన్ను విశ్వసింపుడు. మహారాణి యెచట?

దుర్గా—యశ్వంతసింహుని మరణానంతరము విచ్ఛిన్నములై—భిన్నములై చెదరిపోయి, రణవిద్యను విస్మరించి యణఁగిమణఁగి

నగరమున—ప్రత్యేక పట్టణమున—పల్లెల—నరణ్యములఁ బరిభ్రమించుచున్నది.

భీమ—నే నొకసారి యామెను చూడవలెను.

దుర్గా—నేఁడే యామెను చూడఁగలుగుదువు.

[సమర్ఖాన్ ప్రవేశించును.]

దుర్గా—నూతనవిషయములను సంగ్రహించితివా? దాదా!

సమర్—ఔను. తహాబర్ ఖాన్ పదివేలసైన్యములతో మార్వాడమున కభిముఖముగ వచ్చుచున్నాడు. పిదప నక్బరు కొన్ని సైన్యములతో రానున్నాడు.

దుర్గా—చక్రవర్తి యెచ్చట?

సమర్—ఆతఁడు లక్షకుమించిన సేనలతో నజ్మీరునం దున్నాడు.

భీమ—సేనాపతీ! మనరాణాకు సైన్యసంఖ్య యెంత?

దుర్గా—మార్వాడదేశాధినాథుడు మరణించినపిదప, యోధవరులలోఁ జాలమంది వ్యవసాయాదికర్మలచే జీవనమును గడపుచు రణవిద్యను మఱచిపోయిరి. మఱికొంతమంది ప్రవాసముఁ జేయుచున్నారు. ఇపుడు మనసైన్యము ముప్పదివేలకు మించి యుండదు.

భీమ—అదిగో! మహారాణిగారు వచ్చుచున్నారు.

దుర్గా—ఔను. పోయి నమస్కరించుము.

భీమ—ఆహా! అదివ్యసుందరవిగ్రహమును—అనిలంబలంబితకృష్ణకేశజాలమును—గాంభీర్యమును సూచించు వదనమండలమును—విద్యుద్దీపము లట్లు విరాజిల్లుకాంతియుత మగుచక్షుద్వయమును గాంచిన ప్రతిమానవుడు నామెను మూర్తీభవించిన భరతమాత యని భావింపకుండురా?

చుండును. ఆమె వెనువెంట కొంతమంది మనుష్యు లుందురు.]

సుచు —మహారాణికి జై!

(రాణి యొక్కయున్నతాసనమున నిల్చి వీరుల నుద్దేశించి)

రాణి —మార్వాడదేశవాసులారా! నేను యశ్వంతసింహుని రాణిని. హిందూకుశపర్వతప్రాంతమున నౌరంగజేబు సైన్యమున నాస్వామియు, మీపాలకుండు నగు యశ్వంతసింహరాజు మరణ మొందెను. చక్రవర్తియే నాజ్యేష్ఠపుత్రుండగు పృథ్వీసింహునకు విషవస్త్రములం దొడగించి, వానిప్రాణములను దీసినవాండు. నేనును నాకనిష్ఠపుత్రుండు నగు అజితసింహుడును, మార్వాడమును కాపాడుటకు మిగిలియున్నాము. నేనీవిషయమున మీ సాహాయ్యముం గోరి వచ్చితి. మీరు రాజపుత్రులు—వీరులు—ఈదేశము మీయది. మీజన్మభూమి పరపదదళితమగుచుండుటను జూచి నిర్వీర్యులట్లు మిన్నకుందరా? లేక తద్రక్షణార్థము మహావీరులవలె రణరంగమున మీప్రాణముల నర్పింతురా? మార్వాడము నాక్రమించుకొనుటకు పాదుషా లక్షకుమించిన సేనలతో వచ్చుచున్నాండు.

సుచు—లక్షకధికమగు సైన్యములతో పోరాడుటయే? అసంభవము! అసంభవము!

రాణి—అసంభవమా! వైదేశికులు మీపై నధికారముచేయుట కొప్పుకొనెదరా? పరదేశరాజులు మీస్వాతంత్ర్యమును దోంచు కొనుట కిష్టపడెదరా? ఛీ! ఛీ! రాజపుత్రజాతి కిది తగనిమాట. నాప్రభువు సజీవుండైయుండినచో మీ రట్లుపలుక సాహింపరు. ఆతనిమాటపై నసంఖ్యాకములగు కరవాలములు విజృం

వసే జయజయధ్వానము లాకసమున ప్రతిధ్వనించియుండును. ఆతని విధవను, స్త్రీమాత్రురాల నగు నామాటను మీ రేల నాలకించెదరు! మీకు సాహస మెక్కుడిది.

సీ. రిపుబాణములకు దు। ర్భేద్య మౌ కవచంబు
జయలక్ష్మి నివసించు। సారసంబు
తులలేని సుఖసంప। దల కాలవాలంబు
సకలకార్యంబుల। సాధనంబు
సంకల్పసిద్ధులో। సంగునాకకుజంబు
పిఱికిపందలకుఁ బ్రి। త్వేషనంబు
సజ్జనుల్ నుతియించు। సత్కీర్తి సదనంబు
అఖిలగుణంబుల। కాకరంబు

గీ. హానిజలదంబుఁ దోలు ఝం। ఝానిలంబు,
అమలరణమార్గ శిక్షకా। చార్యకంబు
వీరవరులకు గౌరవ। కారణంబు
సకలరిపుచక్రవిలయంబు। సాహసంబు.

సను—మహారాణి మమ్ము క్షమించునుగాక! మే మామె యాజ్ఞ నుల్లంఘింపము

రాణి—అట్లయిన, మేల్కొనుడు! లెండు. కరవాలము నెత్తుఁడు! భయంకరపనదర్శనము న సర్పము పడగనెత్తినట్లు లెండు! ఘోరాటి మేఘగర్జనముచే, పర్వతకుహరముల లీనమైయున్న ప్రతిధ్వని మేల్కొనినట్లు లెండు! ఝంఝామారుతము వీచుటచే సముద్రమునందలి యలలుప్పొంగినట్లు మేల్కొనుడు! నిరాశచేఁ గాంతివిహీనమై యణాగియున్న శౌర్యానలమును జయభేరీస్వనవాతూలమున ప్రజ్వలింపఁజేయుఁడు!

ముహాందెదపను వారలు త్యజించి, మరణమునకు సిద్ధముగ నుండవలెను.

రాణి—ఔను. స్వేచ్ఛకొఱకు— స్వదేశము నిమిత్తము— పరులకై— కర్తవ్యముకొఱకు మరణించువారు వీరస్వర్గమును పొందెదరు. మాతృభూమిపట్ల నభిమాన మున్నవారిని— స్వధర్మము నుద్ధరించు సంకల్పముఁ గలవారిని— స్వాతంత్ర్యముకొఱకు ప్రాణములఁ ద్యజించువారినే నేను ‘రం’ లని భావించెదను. అట్టి యుదారపురుషు లెవ్వరైన గలరేని, కంఠము నెత్తి ‘మాతృభూమికీజయ్!” అని యొక్కసారి జయశబ్దమును మ్రోగింపుఁడు.

సీ. ప్రళయసంధ్యాకాల । భయదతాండవలోల
కాలకంధరపాద । ఘట్టనములు
కబళితాఖిలజీవ । కల్పాంతకోద్దండ
బాహుదండద్వయా । స్ఫాలనములు
బ్రహ్మాండభాండార్ధ । రణకాలసంరంభ
దంభవరాహావి । జృంభణములు
నిర్ఘాతసంఘాత । నిర్భిన్నభూగర్భ
పర్జన్యభీషణ । గర్జనములు
గీ. ఆగ్రహోదగ్రభైరవ । విగ్రహోగ్ర
వదన గహ్వారజనిత భం । భం స్వనములు
ప్రణుత రసపుత్రవీర వి । ర్వక్రవిక్ర
మాహవక్రమంబునకుఁ దో । డౌనుగాక.
మ. దళితానంతదిగంతమై ఢణఢణం । ఢాణం ఢణధ్వానమై
ప్రళయాభీలహరోన్నాద నిష్ఠురరవ । ప్రారంభసంరంభతా

చలితారాతివితానమైన రణనిస్సాణంబు మ్రోగింపుఁడు.

[తెరలో రణభేరి]

ఉదయు — మాతృభూమికి జయ్!

(నిష్క్రమింతురు.)

చతుర్థదృశ్యము.

[మేవారున నొకగిరిదుర్గముచెంత, శిలానిర్మితమగు నొకవిస్తీర్ణ వేదికపై నుపవసించి, నిర్మల, శీతల చంద్రికల ననుభవించుచుఁ గమలాజయసింహులు లుపవిష్టులై యుందురు. కమల గానముచేయును.]

కమ — నాథా! నాసంగీతము భవదీయకర్ణముల కింపుగ నున్నదను కొనియెదను.

జయ — లేకేమి! నీమృదుమధురగాన మనెడు మోహనమంత్రము చేతనె గదా, స్వభుజాశక్తియందు, దిగంతవిశ్రాంతయశోవంతుఁడగు, రాజసింహునిపుత్రుఁడ నగు నేను, నిజమానుషము గోల్పోయి, స్త్రీలోలుండ నను నిందకుఁ బాత్రుఁడ నైతిని!

కమ — (ఇంచుక కోపము నటించుచు) అంతటి దుర్మార్గురాల నగు నేను మీచెంత నుండుటకుఁ దగను. (లేచి పోవుచుండ జయసింహుఁ డావె చెరఁగును బట్టుకొనును.)

జయ — కమలా! నేను సత్యమును పలుకుచున్నాను. ఆగ్రహింపకుము. మార్వాడదేశమాతకు సంకటము చేకురెనని, తద్రక్షణమునకై తండ్రిగారు నన్ను రణరంగమునకుఁ బోవ నన్నాజ్ఞ యొసంగినను, నతనియాజ్ఞ నుల్లంఘించి, [illegible]

మంత్రిప్రభావము !

[సరస్వతి ప్రవేశించును. కమ లామెనుచూచి
యచటినుండి నిష్క్రమించును.]

సర—నాథా !

జయ—ఏమి, సరస్వతీ !

సర—మార్వాడయుద్ధపరిణామమును వింటిరా ?

జయ—లేదు. తెలియఁజెప్పుము.

సర—(వదనమున ఖేదచిహ్నములు పొడసూప హీనస్వరమున) మార్వాడదేశము విజయము కాంచెను ; కాని, మీసహోదరుఁడు భీమసింహుఁడు మృతిఁజెందెను.

జయ—(కన్నీరు కార్చుచు) హా! మహోదారవీరసింహా! భీమసింహా! స్వర్గధామమును చేరి సౌఖ్యముండుము !

సర—మఱి మీరో ?

జయ—సఖీ ! నాకు నరకప్రాప్తియని వేరుగఁ జెప్పవలెనా! అదిగో సమరదాసాదులిచ్చోట కేతెంచుచున్నారు. వారిని చూచుటకు నాకు కరము లజ్జ పొడముచున్నది. పోయెదను.

(సరస్వతీజయసింహులు నిష్క్రమింతురు.)

[రాజసింహుఁడు, జోధపురరాణి, సమరదాసుడును
ప్రవేశింతురు.]

రాజ—రాణీ ! ఆస్థానము నలంకరింపుము. మాభీముఁడు సర్వదా యీవేదికపైనే కూర్చుండెడివాడు.

రాణి—రాణా ! భీమసింహుని పవిత్రచరిత్రము హిందూదేశవీరాగ్రేసరులచరిత్రములవలె స్వర్ణాక్షరముల లిఖింపఁదగినది.

కు వగచుచుఁ గాలము వెళ్ళింపవలసినదే.

రాణి—క్షత్రియులకు రణక్షేత్రమునఁ జచ్చుటకంటె గౌరవనీయమగు విషయ మింకొకటిలేదు. భీమసింహుఁడు మత్పుత్రుఁడై, వేరొకమరణమును పొందియున్నచో, నేను దుఃఖించెడుదాననే. కాని యుద్ధమున ప్రాణములఁ గోల్పోయిన సంతానమునకై యంతగా దుఃఖింపవలసిన పనిలేదు.

రాజ—సమ్రాట్! మాభీముఁ డెట్లు యుద్ధ మొనరించెనో వర్ణింపుము! విని యానందించెదను.

సమ—రాణా! అట్టియుద్ధమును నే నెన్నఁడును చూచియుండలేదు. అది రాత్రిసమయము. ఆకసము నల్లనిమేఘములచే నావరింపఁబడియుండెను. ఎడతెగని వర్షము కురియుచుండెను. విశ్వమంతయు నంధకారమున లీనమైపోయెను. అట్టి ఘోరాంధకారబంధురసమయమున భవత్పుత్రుఁడు, మే మెన్నిసారులు నిరోధించినను, లక్ష్యపెట్టక, పదివేలసైన్యములతో మొగలు శిబిరము నాక్రమించెను. శత్రుసైన్య మొకలక్షకంటె నధికము!

రాజ—తదుపరి?

రాణి—మాతృభూమికి జయ్! అటుతరువాతి?

సమ—తదుపరి మాకు కరవాలముల ఝుంకారధ్వని విననయ్యెను. ఆవెనుక తత్కరవాలసంఘర్షణజనితస్ఫులింగముల కాంతులు కాననయ్యెను. ఆకాంతిలేశముచే రుధిరప్లావితమగు రణరంగము మాకుఁ గన్పట్టెను. క్రమక్రమముగ శత్రువుల యార్తనాదములు మాకర్ణపుటముల సోకెను. అంతలో నానినదములు వర్షధారాధ్వనులలో లీనములయ్యెను.

దేశమునకై ప్రాణదానముచేయ సంసిద్ధుఁడ" నని పలికెను. అటుపిమ్మట?

సమ—కొంతసేపటికి, తటిల్లతాకాంతుల సాహాయ్యమున, మాకు రుద్రాకారుఁడై, తనపది వేలసైన్యములను, పదిలక్షలుగా తోఁప శత్రువుల నదేపనిగ విచ్ఛేదముగావించుచున్న భీమసింహుఁడు కనఁబడెను. తోడనే నేను కొంతసైన్యముతో వానిసహాయ్యమునకై పోయి, శిబిరమును జేరి చూచుసరికి, మొగల్ సైన్యములు చెదఱిపోవుచుండెను. శిబిరమున నెవ్వరును లేరు. రణక్షేత్రమును వెదుకగా భీమసింహుని మృతదేహము కాన్పించెను.

రాణా—హా! పుత్రి! హాపుత్ర! (మూర్ఛిల్లును.)

(అవనికాపతనము.)

పంచమదృశ్యము.

స్థానము:—మొగల్ శిబిరము.

[ఇరువురు బ్రాహ్మణులు సంభాషించుకొనుచుందురు.]

మొదటిబ్రాహ్మణుఁడు—ఇదిగో! సూర్యనారాయణావధాన్లు! బహుకాలదరిశన మిప్పించేరు. తెల్లవారిలేవగానే మాకు మొదట మీముఖసందర్శనం ఔతుండేది. అలాంటి దిన్నాళ్ళు పచ్చి మసముద్రంలోనే ఉండిపోవడంచూస్తే ఏదో విశేషం ఉన్నట్లు తోచుతుంది.

సూర్య—అన్నగారూ! మీరు పండితులుకాబట్టి కల్పనాచాతుర్యం చూపిస్తున్నారు కాని, విశేషా లేవున్నాయండి? కొంచెం

ఆలస్యంఅయిపోయింది.

మొకటి — మీరన్నిసంగతులలోనూ జోక్యం కలిగించుకొంటారు. అదేమిటి, తెలకాయ తడువుకుంటున్నారేమిటి? అవ్రంగ జేబు మన్నందరినీ తురకాళ్ళను చేసేను; అందుకు విచారిస్తే లాభంలేదు. ఆమాటకేంగాని, దావామాటెత్తేరు. ఆదావా ఎవరెవరికి? రాజ్యంకోసం ఆజమున్నూ అక్బరున్నూ తగవులాడుకోలేదుకదా?

సూ— ఆఁ! బాగా జ్ఞప్తికి తెచ్చేరు. మార్వాడయుద్ధంలోకూడా, ఓడిపోయినందులకు, అక్బరుకున్నూ, తహబరుఖానుకున్నూ కొంచెంరోజుల్లో కట్నాలు దొరుకుతాయని విన్నాను.

మొ— మీరన్నమాట నాకు బోధపడలేదు.

సూ— ఔరంగజేబు అక్బరుని సింహాసనంమీద కూర్చుండబెట్టాలని అనుకున్నాడు; కాని ఇప్పుడు ఆజముకే రాజ్యం ఇస్తాడట! తహబరుఖాన్కు దెబ్బలపెళ్ళి చేస్తాడట!

మొ— అయితే భయంలేద లెండి. ఈసమయంలో వీళ్ళిద్దరూ దుర్గాదాసుని బ్రతిమాలుకుంటే మనబ్రాహ్మళ్ళని పీక్కుని తింటూన్న చక్రవర్తివంటివాళ్ళని పదిమందిని ఒక చూపు చూసేస్తాడు. రాజపుత్రులతో ఈతురకముండాకొడుకులు యుద్ధం చేయగలరటండీ!

సూర్య— వాళ్ళకి మనం చెప్పాలి. దుర్గాదాసుదగ్గిరకప్పుడే అక్బరు ప్రయాణమైనాడట! మీరన్నమాటకి మాత్రం నేనొప్పుకోనండీ! రాజపుత్రులు తురకలతో రారు. వాళ్ళదంతా దొంగయుద్ధం.

భాగస్థానికి మీరు నిజంగా భట్రాజులే సుమండీ !

సూ—ఏమిరో ! పాదుషావని వ్రాసుకుంటే నంటే నీకు నోటిదురుసు ఎక్కువైనట్లుగావుంది. నాతడాఖా చూపట్టాను కాసుకో. తురకవాళ్ల బలం నాకన్న నీకెక్కువ తెలుసునా యేమిటి ?

మొ—నీకెంతబలం వుందో ఆవస్తూవున్న అక్బరుదగ్గిర చూపించు నీగర్వం అణగ్గొట్టాడు.

సూ - వాడికీ నాకు చాలా స్నేహం. వాడురానీ నీపనిపట్టిస్తా.

[మొదటిబ్రాహ్మణుడు నిష్క్రమించును. కిరీటధారియై, సురాపాన మత్తతచే దూలుచు, అక్బరు ప్రవేశించును.]

అక్బ—అరే బొమ్మన్ ! హంకీ పాదుషావాడూ అని పిల్వాల. నాది పాదుషానంబరు ఎక్కీ.

సూ — చిత్తము. పాదుషా అంటె తమరే పాదుషావారు.

అక్బ – థత్, సువర్ ! రెండుపాదుషా ఎక్కాబే ? ఒకటిమాట సెప్తవు లేదు. (కాలితోతన్నుచు) కౌన్ హైరే ? (ఎవరక్కడ?)

[సేవకుడు ప్రవేశించి] జీ, హుజూర్ !

అ—ఇస్కొదూర్ హటావో (వీని నావలకు నెంటివేయుము.)

(సేవకుడు సూర్యనారాయణశాస్త్ర్లను నావలకు గెంటును.)

అ—అరే ! జాం మదిరా లావో ! (ఇంకా సారాయిని తెమ్ము)

[సేవకు డట్లు తెచ్చియిచ్చును. అక్బరు కల్లు దాగుచుండ తహాబర్ ఖాన్ ప్రవేశించును.]

నా—ఓహో ! షాజాదావారా ? సలాం !

అ — ఐ ! తూ ఏక్ ఖూబ్ సురత్, ప్యారీ కోలానా ! (ఓయీ నీవొకయందకత్తెయగు వేశ్యను తెమ్ము.)

చక్రవర్తినిచేయ నుద్దేశించియున్న నాచేతనే, నీచకృత్యములఁ జేయింపఁజూతువా ?

అక్బ—అరే! నాఖక్! యే ఘమండ్ కర్తాహై. ఇస్కో—భీభీహాతాదో! (సేవకా! వీఁడు మిగుల గర్వించుచున్నాఁడు. వీనిగూడ గెంటివే యుము.)

తహ—నన్ను నీవు గెంటెదువా? విశేషసురాపానజనితమదోన్మ త్తుండవై నన్ను గెంటింతువా? తులువా! మనమిట్టి నీచకార్య ములను చేయుటచేతనేగదా, పవిత్రహిందూజాతి మనలనిట్లు నిరసించుచున్నది? కానిమ్ము, బికానీరురాజగు శ్యామసింహుని చేత నొకజాబు వ్రాయించి, రాజపుత్రులు నిన్ను గెంటివేయు నట్లు చేసెదను. (అని త్వరితగతిని పోవుచుండును.)

అక్బ—అరే! అరే! అరే! నౌకరో! అరే! బాత్ నైమాన్తాహై? మైఁ పాదుషాహూఁ. నౌకర్! చలో! చలో! (ఆసనమునుండి దిగి నౌకరువెంటరా, తహబరును వెంబడించును.)

షష్ఠదృశ్యము.

ఆజ్మీరునందు, ఔరంగజేబు భవనము.

[శయనాగారమున నొకతల్పముపై మేనువాల్చి, దిలేర్‌ఖానుతోఁ జక్రవర్తి మాట్లాడును.]

ఔరం—ఆహా! కన్నకుమారుఁడే నన్ను మోసపుచ్చి, శత్రుపక్షమున జేర, నన్యులసంగతి చెప్పుట కేమున్నది? అక్బర్! రాజపు త్రుల సహాయమున, నన్నోడించి, సింహాసనారూఢుడవయ్యె దవా? నేనేమి యపరాధము నొనరించితిని? మొగల్‌సా మ్రాజ్యమును నీయధీనమందుంచుట కేనుపడిన కష్టములను,

వరిట్టి కునీతుల బోధించిరోగదా! (దిలేరు నుద్దేశించి) సేనానాయకా! రాజపుత్రశిబిరమునుండి క్రొత్తసమాచారము లేమైన వచ్చినవా?

దిలేర్—లేదు.

ఔరం—అక్బర్! నీవింత ద్రోహము జేతువని నే నెన్నడు ననుకొనలేదు.

దిలే—జహాఁపనా? శ్రీవారు మొగల్ సామ్రాజ్యసింహాసనమును బొందుట కెన్నిమాయోపాయములఁ బన్నుటలేదు. సహోదరులనే హత్యకావించిరే! తమపుత్రుఁడగు అక్బరు నామార్గమునే యవలంబించెను.

ఔరం—దిలేర్! నావధానుఁడవై మాటలాడుము.

[శ్యామసింహుఁడు ప్రవేశించును.]

ఔరం—మహారాజా! ఏమైన వింతలా?

శ్యా—ప్రభూ! కార్యము సఫలమైనది. కలనైన నట్లగునని యుహించలేదు

ఔరం—ఏమీ! రాజపుత్రు లక్బరును పరిత్యజించిరా? అదెట్లు?

శ్యా—జహాఁపనా! "మీయెడల స్నేహభావమునఁ బ్రవర్తించుచుఁ, జక్రవర్తిపై మీరెప్పుడైనను, దండెత్తవచ్చినపుడు, మిమ్ముల మోసపుచ్చుటకై అక్బరు ప్రయత్నించుచున్నాడు. జాగ్రత." ఇట్లని నేనొక జాబును లిఖించి, రాజపుత్రశిబిరమున కేగి తల్లేఖను సమర్థాసున కొసంగితిని. అందలి విషయములను విశ్వసించి, యక్బరును వారికడకు పంపుట తమ పన్నుగడ యని యూహించి సమర్థాసాదులు యువరాజున కాశ్రయ మిచ్చుటకు సమ్మతించుటను మానిరి.

శ్యా—ఆతఁ డాసమయమున నుదయపురమం దుండెను.

జో—తహాబర్ ఖాను డెచ్చటనున్నాడు. నాపుత్త్రుని కీకుమంత్త్రముల నతఁడే యుపదేశించెను.

శ్యా—"నీవు కొందఱు రాజద్రోహులతోఁ దిరుగుచున్నట్లు పాదుషా వారు తెలిసికొని, యీజాబు నందుకొనినవెంటనే యతని సాన్నిధ్యమున, క్షమాపణముఁ గోరుకొనవేని, నీకు మరణశిక్ష విధింపనున్నా"రని తహాబరుఖానునకు లేఖ నంపితిని. అద్దానిం గని యతఁడు శ్రీవారిదరికి వచ్చుచుండ, మార్గమధ్యమున, నేనును, ఆజీమును, ఆతనిని బాధించి, కారాగృహమునం దుంచితిమి.

జో—బికానీర్ మహారాజా! మీకు నే నెంతయుఁ గృతజ్ఞుండను. (ఆవల జనకోలాహలమును గాంచి) ఏమది? తుపాకిశబ్దము వినవచ్చుచున్న దేమి?

[రుధిరసిక్తశరీరుఁడై తహాబరుఖాను ప్రవేశించును.]

జో—తహాబర్!

త—(చేతనున్న తుపాకిని చక్రవర్తిశిరమున లక్ష్యముంచును.)

జో—ద్రోహీ!

త—(తుపాకిని పేల్చబోవుచుండ, దిలేర్ చాటునుండి కత్తినిదూసి, తహాబరును కొట్టబోవును. తహాబర్ త్వరితగతిని పాఱును.)

జో—ఆహా! ఏమి యీమూర్ఖుని సాహసము! నన్ను హత్యకావించి, అక్బరునకుఁ జక్రవర్తిత్వము నొసంగ సమకట్టి, ద్వారపాలకులను హత మొనరించి, నిర్భయముగ లోనం బ్రవేశించెనే! దిలేర్! నేఁడు నీవు లేకున్నచో నేనొకతుచ్ఛుని హస్తమున

అ—(దుర్గాదాసునకు నమస్కరించి) రాఠోర్ సేనాపతీ! బంధుజన తిరస్కృతుండనై, తండ్రి కప్రియుఁడనై, సహాయము నభిలషించి మీశరణుజొచ్చిన నన్నిట్లు నిరాకరించుట ధర్మమా?

దు—(శ్యామసింహ లిఖితమగుజాబును యువరాజునకుఁ జూపును.)

అ—(ఆజాబును చదివికొని) ఇది కేవలము మిథ్య. నన్నుభయ భ్రష్టుని చేయఁబూని వ్రాసిన కపటలేఖ.

(అక్బరు కొమరితయగు రజియా కన్నీరు కార్చుచు)

రజి—రసపుత్రవీరాగ్రేసరా! తండ్రిగారి కభయ మిడుము. ఆజాబు నిజమగునది కాదు.

అ—దుర్గాదాస్! నన్ను నడిసముద్రమున ముంచివేయకుడు- ఆశ్రయదాన మొసంగుడు.

దు—సామంతులారా! మీయభిప్రాయ మేమి?

సా—అక్బరు తండ్రిచెంతకుఁ బోయి క్షమార్పణము కోరుకొననిండు.

దు—సమర్దాస్! ఇందుకు నీవేమందువు?

స—అతని కాశ్రయమిడుట పామును పాలుపోసి పెంచుటయు నొకటే యని నాయభిప్రాయము.

దు—మీరుక్షత్రియులు కానేరరు. మిమ్ములనిందించిన ఫలమేమియు నులేదు- మనపాదములవ్రాలి శరణువేడుచున్న శత్రువున, కాశ్రయదానము చేయుటయే క్షత్రియధర్మము. ఇదిగో! నేను మిమ్ములనందఱను పరిత్యజించి, పోవుచున్నాను. (అక్బరు నుద్దేశించి) యువరాజా! ఈదుర్గాదాసు సజీవుఁడైయున్నవఱకును నీకెవ్విధమగు నపాయము చేకూరదు. రమ్ము! పోదము.

(సపరివారముగ నక్బరు వెంటరా దుర్గాదాసు, శిబిరమునుండి నిష్క్రమించును.)

దుర్గాదాస్

చతుర్థాంకము.

ప్రథమదృశ్యము.

స్థానము:—ఢిల్లీ- దర్బారుభవనము.

[చక్రవర్తి తనయుఁడగు ముఆజిము- సేనానాయకుఁడు దిలేరు ఖానుఁడు సంభాషించుచుందురు.]

దిలే—అయిన, దుర్గాదాసుఁ డక్బరును వెంటనిడికొని దాక్షిణ్యానకుఁ బోయెనా ?

ముఆ—అక్బరున కాశ్రయదానమొసంగుటకు రసపుత్రసామంతగణ మియ్యకొనుటలేదు. ఇఁక నతని రక్షించువాఁడు శంభాజీమహారాజు తప్ప వేరెవరును లేరు.

దిలే—దుర్గాదాస్ ! నీపరోపకారమునకు నేను మిగుల హర్షమొందుచున్నాను. నీజీవితము ధన్యమైనది- పవిత్రమగునది. ఆశ్రితుఁడగు శత్రుపుని ప్రాణసంరక్షణార్థము, నిజసహోదర సామంతగణమును- స్వదేశమును కూడ పరిత్యజించితివిగ ఆహా ! నీ నామోచ్చారణ మొనరించుటచే నాపాపము ధ్యు నశించిపోయినవి. భగవంతుఁడు నీకు మేలుసేయుఁ

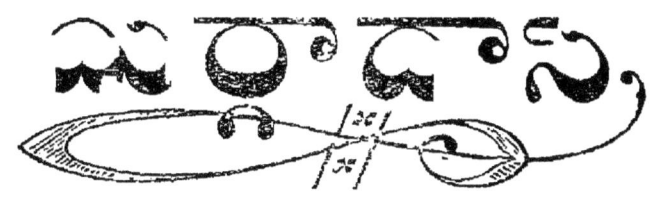

నను కూడ సంసిద్ధులైనవారును, ఐదువందల రసపుత్రులుం డిరి. ఆస్వల్పసైనికభటసహాయ్యమున నతఁడు దాక్షిణాత్యము నకుఁ బోవుచుండ, ససైన్యముగ నే నాతని బంధించితిని. అయిన నెట్టెట్టులో, అతఁ డొకనాటిరాత్రిసమయమున నిజ పరివారముతో, మాసైన్యముల భేదించుకొని పోయెను.

దిలే—దుర్గాదాస్! పవిత్రమగు 'వీర" శబ్దమునకు నీవే తగుదువు.

ముఅ—తండ్రిగా రేబదివేలరూపాయలను రాఠోరుసేనాపతికి బంపి, అక్బరును విడిచిపెట్టవలెనని బ్రతిమాలుకొన్నను, తద్ద్రవ్యము నతఁ డక్బరున కొసంగి, తండ్రిగారి ప్రార్థనమును నిరాక రించెను.

దిలే—దుర్గాదాస్! ఏమి నీయౌదార్యము! ఇదిగో, మరల నీకు ధన్యవాదము లొసంగుచున్నాను.

ముఅ—ఇపుడు మార్వాడదేశసైన్యాధ్యక్షత సమర్దాసున కొసఁగఁబ డెను. అక్బరు, భార్య మరణించుటచేఁ గుమార్తెను సమర్గాసు కొద్ద విడచిపోయెను.

[ఆజిం ప్రవేశము]

ఆ—సేనాపతీ! రాజపుత్రికులతో మొగలులకు సంధి నేర్పఱుపుమని తండ్రిగారు మీతో చెప్పుమనిరి.

ది—పరమేశ్వరుఁ డాతనికి శుభ మొసంగుఁగాక; అయినచో, సంధికి తొలుత మనమే గడంగవలయును. విజయులగు రాజపుత్రు లెన్నఁడును సంధిభిక్ష నడుగరారు.

ఆ—అట్లుకాదు. రాజపుత్రులే మొదట సంధిషరతులను నిర్ణయింప వలెనని తండ్రిగారి యాజ్ఞ.

—అది యసంభవము. ఇది పూర్వమువలెనే కపటప్రయత్నముగఁ

గడఁగవలెను.

ఆ—నా రథికప్రసంగమును చేయక, పాదుషాయాజ్ఞ నిర్వహణ మొనరింపవలెను.

అ—(చిఱునవ్వు మొగమునఁ గోప) పులిపిల్ల పులిగాక మఱేమగును. సా గాదా! నిక్కముగ తండ్రిగారు రసపుత్రికులతో సంధికి సమ్మతింతురేని, నే నుభయజాతులమధ్యమున నెట్టికలహములును, భేదాభిప్రాయములును లేకుండ సంధిప్రయత్నముల సలుపుదుననియు, నిందేదైన మోసము కన్పడినచో, నీకార్యము నాచే కాఁజేరదనియు, నామాటలుగ తండ్రిగారితో నుడువుము.

(నిష్క్రమించును.)

ము—(ఆజముతో) ఆజిం! తండ్రిగా రింతశీఘ్రముగ సంధిప్రయత్నములఁ జేయఁగోరుటకుఁ గారణ మేమైయుండును?

ఆ—ఆతఁడు దాక్షిణాత్యమున కత్యావసరముగఁ బోవలెను—

ము—అక్బరును తిరిగి తీసికొనివచ్చుటకుఁ బోవుచున్నారా యేమి?

ఆ—ఔనన్నా. నీవక్బరును నిజేచ్ఛను విడచిపెట్టితివని, తండ్రిగా రభిప్రాయపడుచున్నారు

ము—అది సత్యమేయగును. రాజ్యతంత్రానభిజ్ఞుఁడును- అమాయికుఁడును- దుర్బలుఁడు నగు నాసహోదరుని, జీవములతోఁ దండ్రిగారి క్రోధాగ్నిజ్వాలలఁ బడవేయ నామనం బొప్పకుండెను. ఇప్పుడు వాఁడు మహోదారుఁడగు దుర్గాదాసుని భుజచ్ఛాయను నిర్భయముగ నున్నాఁడు.

అ—అయిన తండ్రిగారి యాజ్ఞ నుల్లంఘించుటకు నీవు భయంపడవా?

ఇఁకఁ జెప్పుటకు నేమున్నది.

(ఇరువురు పయానముతో వెడలుదురు.)

ద్వితీయదృశ్యము.

స్థానము—జోధపురమందలి ప్రాసాదము

[రాణి పట్టువస్త్రముల ధరించి, ఏకాకినియై యుండును]

రా—(నతమస్తకయై చేతులజోడించి) ప్రభూ! ప్రాణవల్లభ! ఒకప్పుడు మీరు పరాజితులై రణక్షేత్రమునుండి మఱలిరాఁగా నేను దుర్గద్వారమును బంధించి, "రసపుత్రకులు గెలువనిదే తమయిండ్లకు మఱలిరారు. మఱియొకసారి పోయి ప్రయత్నింపుఁ" డని మిమ్ములఁ బ్రేరేపించి, మృత్యుసమ్ముఖమునకుఁ బంపితిని. స్వామీ! ఆ నేను సంతోషాంతరంగమున మంగళధ్వానములచే దిక్కులు పిక్కటిల్ల, నగ్నిజ్వాలలం బడి ప్రాణములఁ ద్యజించి మీపాదసన్నిధిఁ జేరవచ్చుచున్నాను. ఇహలోకమున నేఁ జేయవలసిన కార్యము లింకేమియు లేవు. శత్రుహస్తగతమై శిథిలమైయుండిన మీమార్వాడరాజ్యమును పునరుద్ధరించితిని. అంతటితో నాపని పూర్తియైనది. నేఁడు సతీధర్మపాలనముఁ గావించెదను.

శా. పోరాడన్ బెర రేపి శత్రుబలమున్ బోకార్పఁబొండంచు నా
వీరస్వర్గము మీకుఁ జూపితిని, పృథ్విన్ నేను జీవించి మీ
యూరుం జేరుచు నిల్పి యాత్మక్షమ విధ్యుక్తంబుగా మిమ్ము నేన్
జేరన్ వచ్చెద నాదరింపఁదగు దాసిన్ నన్నుఁ బ్రాణేశ్వరా.

[పాడుచు రజియా ప్రవేశించును.]

ర—మహారాణీ! ఏమిచేయుచున్నారు?

వ్రేలితోఁ జూపి) ఆస్థలమున, నాప్రాణనాథుఁడు నాకై నిరీక్షించుచున్నాఁడు. నేనాతని సమీపింపఁ బోవుచున్నాను.

ర — (ఆశ్చర్యమున) ఆస్థలమున, మహారాజా మీకొఱకు వేచియున్నారా ? నాకు కనబడుటలేదే ! (అని తలపైకెత్తిచూచును.)

రా — అది నాకు తప్ప మఱియెవరికిని దృగ్గోచరముకాదు.

ర — కుమారు నెవరివద్ద విడచిపోయెదరు?

రా — నీచెంత విడిచెదను. మీరందరునుండ వానికి భయమెమమ్మా.

ర — ప్రపంచజ్ఞానములేని పసిబిడ్డకంటె మీభర్త యధికుఁడా ?

రా — అది మాధర్మము. మాకుఁ బలితోడిదే లోకము. అతఁడు లేకుండిన మాకీజగ మంధకారమయముగఁ దోఁచును. అతని కార్యమును నిర్వహించుటకే యింతవఱకును దేహమునఁ బ్రాణముల నిల్పుకొంటిని.

ర — మీరు పోవుటకు నేను సమ్మతింపను.

[సమర్ధాస్ ప్రవేశము.]

రా — సమర్థాస్ ! కుమారుఁ డెక్కడ ?

స — లోననున్నారు. తల్లీ ! విశ్వప్రయత్నములను కావించియు, నజితసింహు నూరడింపఁజాలకపోతిని. తల్లిని నేఁ బోనీయనని పలుకుచున్నారు.

రా — వాని నిచటికిఁ దీసికొనిరమ్ము !

(సమర్థాప్ నిష్క్రమించును)

రా — (తనలో) పరమేశ్వరా ! నిజధర్మపరిపాలనమునకై నాహృదయమును పురికొలుపుము. అజితసింహు నూరడిలఁజేయుము. నాసతీత్వమునకు భంగము వాటిల్లకుండఁ గాపాడుము.

రా—(కుమారునితో) తండ్రీ! నన్నుఁ బోనీయవా?

అ—అమ్మా! నన్నువిడచి నీ వెచటికిఁ బోయెదవు?

రా—ఎంతకాలముజీవించినప్పటికిఁ దుదకు నందఱు నెచ్చోటుఁ జేరుచున్నారో, యచటికిఁ బోవుచున్నాను.

శా. ఈలోకంబున నేమియున్నదని ప్రా। ణేశుండు లేకున్నఁ బ్రా
ణాలన్ బట్టిచరింతు, భోగములపై । నాకాశయున్ జచ్చె, నిం
కేలా కామముఁ గ్రోధమున్ దనయ, నే। నీమేను పోషించి యే
లీలన్ లోకులు ఛీయనన్ విధవనై । క్లేశంబులంబొందెదన్?

అ—(కంపితస్వరమున) అమ్మా! నేనెట్లు సమ్మతింపఁగలను?

రా—లోకమునఁ దల్లులందఱును చిరకాలము జీవించియుండ లేదు. నాయనా! నన్నుఁ బోనిమ్ము.

అ—లోకమునఁ దల్లులు, కోరి, బిడ్డలను త్యజించుట లేదమ్మా!

రా—సతీధర్మ మిదియే. తండ్రీ! నన్ను నిరోధింపఁదగదు

అ—ఇది మాతృధర్మము కానేరదు. తల్లీ! నీవిట్లు నన్ను దిగనాడ నుద్దేశించుట న్యాయముకాదు. (ఏడ్చును)

—(క్రోధముతో) సమర్థదాస్! వీడు నాకొమారుఁడు కాడు. క్షత్రియుఁడుకాడు. నేను వీనికే తల్లినిగాను. సమస్తమార్వాడ దేశీయులకును తల్లినై. వీని వయస్సున నెందఱెందరో రస పుత్రికులు రణభూమిని ప్రాణత్యాగమును చేసియున్నారు. వీడొక శిశువువలె, స్త్రీవలె, నేడ్చుచున్నాఁడు. (కుమారునితో) ఛీ! మూర్ఖా! నావంశమునకు మచ్చఁదెచ్చితివిరా!

అ—(తలవంచి యూరకుండును.)

రా—సమర్థదాస్! వీనిని లోనికిఁ దీసికొనిపొమ్ము!

(సమర్థదాసుఁ డట్లుచేయును.)

యుట నీకు ధర్మముకాదు. ఇట్టి ధర్మకార్యాచరణముల కయ్య
ది యాటంకముగ నుండును. ఇదే నేను పోవుచున్నాను. నా
కొఱకును మార్వాడముకొఱకును—నాభర్తనిమిత్తము స్వా
ర్థత్యాగమొనరించిన దుర్గాదాసును భద్రముగఁ గాపాడుము

[దృశ్యాన్తరమున అగ్నికుండము నావరించి,
స్త్రీజనము నిల్చుండును.]

స్త్రీలు—సతీమణీ! నీపతికడకుఁ బొమ్ము. ఆనందకందళితహృదయ
మున నగ్నికుండమున దుముకుము. పతిలేనిసతికి గతియుండ
దు. ఈలోకమున నీకు సంభవించిన దుఃఖములు అన్నియు
నీజ్వాలలలో నశించును. స్వర్గధామమును చేరఁగలవు.

రాణి—(ప్రజ్వలించుచున్న యగ్నిగుండమున కెదురునిల్చి)

మ. మునులున్వేల్పులు బ్రాహ్మణోత్తములు నీమూలంబునన్మోక్షము
ల్గనుచున్నారని యెంచి శాశ్వతయశఃకాయంబు లోకంబునన్
దనరంజేసి, యశాశ్వతంబయిన యీ నామేను నీకిచ్చి పా
వనమౌ నాత్మ నొసంగుదానఁ బతికై స్వాహావధూవల్లభా!

(అని యగ్నికుండమున దుముకును.)

జవనిక జాఱును.

తృతీయదృశ్యము.

స్థానము—అజ్మీరునందు రాజభవనము.

[ఔరంగజేబు సింహాసనస్థుండై యుండ-దిలేర్ చెంతనిల్చుండును.]

ది—శ్రీవారి యాదేశానుసారము రసపుత్రులతోఁ సంధిఁ గావించు
కొనివచ్చితిని. ఈసంధికై సమర్దాసు పతికష్టమున సమ్మతిం
పఁ జేసితిని.

ది—ఇది కపటము గాదనియును, చక్రవర్తిని, మీ రపర్యాయము విశ్వసింపవచ్చుననియు నెన్నిప్రమాణములఁ జూపినను సమర్థాసు నమ్మకుండెను. అంత నతనివద్ద నాయిరువురుకుమారులను విడచి, సంధిఁ జేసికొనఁగలిగితిని.

ఔ—సంధినియమము లెట్టివి?

ది—చిత్తూరును, తత్పరిసరప్రాంతములతోఁ రాజపుత్రుల కొసంగవలయును. హిందువులదేవాలయము లిఁకముందు భద్రముగ నుండవలయును. జోధపురరాజున కతనిరాజ్య మీయవలెను. రాణావారు యథాప్రకారము శ్రీవారి కవసరమువచ్చినపుడు సాహాయ్య మొనరించెదరు.

ఔ—రాణాజయసింహుఁ డందులకు సంపూర్ణముగ నంగీకరించెనా?

ది—అతఁ డీషరతున కియ్యకొనెనని సమర్థాసతనిని 'రాజపుత్రవంశము నీయీకార్యముచేఁ గళంకితమైనది. భీమా! నీముఖము నవలోకించుటకు నేను లజ్జించుచున్నా' నని పలికి సభాభవనము నుండి సర్గమించెను.

ఔ—తరువాత?

ది—ఆతరువాత మఱియొకసభ జరిగెను. ఆసభయందు సమర్థాసుఁడు "మొగలుల నెట్లు విశ్వసింపనగు" నని గర్జించుచు నుపన్యసించెను. అందులకు నేను నాపుత్రద్వయము నాస్థలముననే యుండనిచ్చి, వారిని సమాధానపఱచి, మొగలుల కపఖ్యాతిరాకుండఁ గాపాడితిని.

ఔ—(కన్నీరుగార్చుచు) దిలేర్! నీవు మహాత్ముఁడవు. నీయెడల నేను కావించిన దోషములకు నన్ను క్షమింపవేడెదను. ఈ

నందులకు నీకు ధన్యవాదము లొసంగుచున్నాను.

[శ్యామసింహుఁడు ప్రవేశించును.]

శ్యా—రాజాధిరాజులగు ఔరంగజేబుపాదుషావారికి జయ మగుఁగాక !

ఔ—ఏమిసమాచారము, శ్యామసింహా?

శ్యా—సంధ్యనంతరము కొండొకకపటోపాయమున సమర్ధాసు నంతమొందించి, మొగల్ సామ్రాజ్యమును నిష్కంటకముగఁ జేసితిని.

ది—ఏమీ! శ్యామసింహా! సమర్ధాసును హత్యకావించితివా ?

శ్యా—ఔను.

ది—(శ్యామసింహుని కంఠమును గట్టిగఁ బట్టుకొని) పాపపంకిలహృదయుఁడవ్రను- దేశద్రోహివగు నిన్ను నేను యమపురి కంపుచున్నాను. నీయిష్టదైవతమును ధ్యానించుకొమ్ము.

ఔ—దిలేర్! వాఁడు నీచుఁడు. వానిం జంపిన నీ కేమిలాభముండును విడువుము. విడువుము. మసిబొగ్గును కలిపి చేతులను మలినములుగఁ జేసికొనకుము.

ది—ఔను. శ్రీవారు చెప్పినట్లు కళంకమషీలేపమున నాహస్తములు మలినభూయిష్ఠము లయ్యెను. వీనిని పవిత్రోదకమున శుభ్రపఱచి వచ్చెద. (నిష్క్రమించును.)

ఔ—దిలేర్! నాసమస్తసామ్రాజ్యమును వెదకిచూచినను నీవం యుత్కృష్టపురుషుఁడు లభింపఁజాలఁడు. (శ్యామసింహు నశించి) బికానీర్ మహారాజా! సమర్ధాసును చంపుడని మీఁ నేను పలికియుండలేదు. నే నట్టిఘోరకృత్యముల నొ

రేపు కఠినశిక్షను విధించెదను పొండు!

(శ్యామసింహుఁడు తలవంచికొని, మెలమెల్లగ నావలకుఁ బోవును.)

[ముఆజం ప్రవేశించి]—తండ్రీ! నాకై వర్తమాన మంపియుంటిరా?

ఔ—ఔను. నీవు దాక్షిణాత్యమునకుఁ బోవలయును. సమస్తసైన్యములను భద్రపఱచుము. నీవుకూడ సావధానుఁడవై యుండుము. పొమ్ము!

(అజీ మొకవైపును చక్రవర్తి వేఱొకవైపును పోవుదురు.)

చతుర్థదృశ్యము.

స్థానము:—దాక్షిణాత్యమున పాలీగఢదుర్గము.

[దర్బారునందు మరాఠదేశాధిపతి సింహాసనాసీనుఁడై యుండును. ఎదుట దుర్గాదాసుఁడును, అక్బరును, ఆసనములయం దుందురు.]

శంభాజీ—దుర్గాదాస్! సపరివారముగ నక్బరును పాలీగఢమునకుఁ దీసికొనివచ్చుట మిగుల కష్టసాధ్యమగు కార్యము. మీసాహసమునకు నేను మిక్కిలి యాశ్చర్యము నొందితిని.

అక్బ— మేము వచ్చి చాలదినము లైనది.

శం—యువరాజా! రాజకార్యనిమగ్నుండనై స్వయముగ నేను మిమ్ముల సత్కరించలేనందుల కెంతయు దురపిల్లుచున్నాను. మిమ్ముల సత్కరించుటలో మాభృత్యు లెట్టివైన లోపముల నొనరించి యుండిన క్షమింపవేడెద.

అక్బ—రాజా! ఆతిథ్యమొసఁగుటలో మాకెట్టిలోపములును కలుగుటలేదు.

శం—మీపరివార మెచ్చట నున్నది?

నున్నది. ఔరంగజేబువలనఁ వారి కెట్టిభయమును లేదు. తమగు యువరాజునకుమాత్ర మాశ్రయము నిచ్చినఁ జాలును.

శం—ఈస్థల మొకలోహనిర్మితదుర్గమని భావించి, అక్బరు నిర్భయముగ నుండఁగవచ్చును. దుర్గాదాస్! మీ రితనిని చక్రవర్తులుగఁ జేసితిరని వినియున్నా నది నిజము కావచ్చునా?

దు—ఔను, మహారాజా!

శం—మంచిది. మేమును గూడ నక్బరునకు 'చక్రవర్తి' నామధేయము నిడితిమి.

అ—నాసహోదరుఁడగు ము ఆజిమ్ నన్నెదుర్కొనవచ్చుచున్నాఁడు!

దు—అక్బరుపాదుషా నన్వేషించుచు వచ్చి అజిముసైతము ససైన్యముగ నహమదునగరమున నున్నాఁడు.

శం—భయములేదు. నేను బ్రతికియుండఁగ నెవ్వరును మనచక్రవర్తి కాపదను ఘటింపఁజాలరు. అనతికాలములో నే నతనిని బహారంపూరునకుఁ గొనిపోయి యభిషిక్తు నొనరింతును.

[ఇరువురు మరాఠసైన్యాధ్యక్షుల ప్రవేశము.]

శాంతుజీ—మహారాజా! జింజిరాదుర్గపతనము సంపూర్ణమైనది.

శం—మంచిది.

కేశవుఁడు—ప్రభూ! కర్నల్ కేక్, సైన్యనాయకులు శ్రీవారి సందర్శనాభిలాషులై ద్వారమునకడ నున్నారు.

శం—వెంటనే వారిఁ దోడ్కొనిరమ్ము.

(సైన్యాధ్యక్షుల ప్రస్థానము.)

శం—చూచితిరా, దుర్గాదాస్! ఒకక్షణమైనను విరామముండద పగ లాహారము లేదు. రాత్రి నిదురరాదు. సంతతము కలహములు—యుద్ధములు—సంధులు—అను నిత్యమేదియో

రసపుత్రకులు దేశమునకై ప్రాణత్యాగము నైన చేయువార ని తెలిసికొంటిని; గాని మాటిమాటికిని, వారు మొగలుల పదదళితులగుచుండుటకు కారణ మేమైయుండును?

దు —మహారాజా! ఆర్యావర్తమంతటిలో రాజస్థాన మొకరేణువు. అయిన నీమూడువందలసంవత్సరములవఱకు నది, క్షీణింపక నిలచియున్నది. రాను రాను, సైనికులసంఖ్య తఱిగిపోవుటచే నీపవిత్రభూమి కిట్టిదశ సంభవించినది.

శం—మరాఠదేశముమాత్రము మీదేశమునకుఁ దీసిపోవునవియా తలంచుచున్నారు'

దు —నేనట్లు భావించుటలేదు, కాని, రాజస్థాన మింతదనుక సస్యసంభరితమై, యోధవరుల కాకరమై, దిగంతవ్యాప్తకీర్తివంతమై యుండెనని పలుకుచున్నాను.

[కర్నల్ కేరీ, ఫెర్డినాండుల ప్రవేశము.]

శం —కేరీసాహెబ్! మీయంజిరాదుర్గ మెట్లున్నది?

కేరీ — (ఊరకుండును.)

శం—మాయనుజ్ఞ లేనిదే, పడవలను మీరు హార్బరునం దాశ్రయము సంగితిరేని, మీ ఎలిఫెంటాలో మావారు దుర్గములను నిర్మింపవారంభించెదరు సుండీ!

కేరీ —రాజా!......

శం —ఆమాటలను మేము వినము. అవలకు పొండు! (ఫెర్డినాండు వంక తిరిగి) పోర్చుగీసుసర్దార్! మీ అంకీద్వీపము నొకపరి పరీక్షించుటకు నావలపై సైన్యముల నంపియున్నాను. మాకు

మగును. ఇకనైన మెలకువగలిగి ప్రవర్తింపవలెను. పొండు!

(కేరీ, ఫెర్డినాండులు సలాములుచేసి పోవుదురు.)

శం—దుర్గాదాస్! నే నీయాంగ్లేయులఫరంగిగుంట్లకుఁ జాల భయపడు వాఁడను. (సేవకు నుద్దేశించి) కొబ్లసుఖాన్!

సేవ—జీ, హుజూర్!

శం—శరాబ్ ఔర్ ఔరత్ .. ....

(సేవకుఁడు సారాయిని తెచ్చి శంభూజి కందిచ్చును.)

శం—(గ్లాసులో సారాయినిపోసి, దుర్గాదాసున కందిచ్చుచు) స్వీకరింపుడు!

దు—క్షమింపఁగోరెదను!

శం—ఏమీ! శరాబును పానముచేయరా? ఇది నీచపదార్థమా? (ఆగ్లాసు నక్బరున కందిచ్చుచు.) చక్రవర్తీ! స్వీకరింపుడు!

అక్బ—సందేహ మేమియును లేదు. ఇది ప్రశస్తమైనదివలె నున్నది.

(గ్లాసు నందుకొనును.)

శం—(తానొక గ్లాసులో సారాయిని గొంతుకలో పోసికొని) అరే! ఔరత్, ...

దుర్గా—మహారాజా! నేను పోయి విశ్రమించెదను. సెలవిండు.

శం—మంచిది. (దుర్గాదాసు నిష్క్రమించును.)

[వేశ్యస్త్రీలు ప్రవేశింతురు.]

శం—అనుభవము- భోగము- మొగలుజాతికే చెల్లును. ఔరత్! పాదుషావారు చూచి యానందింతురు. ఒకసారి నాట్యము చేయుఁడు!

అ—(సారాయిని త్రాగుచు) సురాపానము హిందువులకు నిషేధము. హే- హే-...........

శం — హాహాహ్హాహ్హా! అది వారికి నిషేధము - మనకు పరమౌషధము - రాజకార్యధూర్వహులు దీనిని పానముచేసినఁ గాని శాంతిని పొందఁజాలరు. వాడు వట్టిమూర్ఖుఁడు, కావున నీయానందము ననుభవింపఁజాలకున్నాఁడు. ఊఁ! నాట్యము చేయుఁడు.

అ—ఆశే! నాచో! నాచో! నా......ఁ- ఆచో! (తెలివితప్పి నేలఁగూలును.)

పంచమ దృశ్యము.

స్థానము — పుణ్యామాలీదుర్గమున దుర్గాదాసుని శయనాగారము.

[ప్రక్కపైఁ గూర్చుండి దుర్గాదాసు జాబును పఠించుచుండును.]

...“ఈప్రకారము, సరళహృదయుఁడును, దేశమాతృశృంఖలా విమోచనార్థబద్ధకంకణుఁడునగు భవత్సహోదరుఁడు మరణించెను. ఇహలోకమునఁ దానుచేయవలసిన కార్యము లేమియు లేకుండుటచే, మనమహారాణి, సహగమనముఁ జేసి, భర్తృసాన్నిధ్యమున కేగెను. కాపురుషుఁడును, స్త్రీసమానుఁడు నగు రాణాజయసింహుఁడు మొగలులతో నొకయవమానకరమగు సంధి నొనరించి, ద్వితీయభార్యాసమేతుఁడై జయసముద్రతీరమున వసించుచున్నాఁడు. అతని యధర్మాచరణమువలనను, మహారాణి స్వర్గారోహణ మొనరించుటచేతను, సమర్దాసుని ఘోరమరణమువలనను, రాజస్థాన మరాజకముగ నున్నది. మీరు మాదోషములను క్షమించి, మ మ్ముద్ధరింపవలెను!”

[దుర్గాదాసు జాబును చదువుచుండఁగనే, శంభాజీ ప్రవేశించును.]

శం—దుర్గాదాస్! ఈసమాచారమును వింటిరా?

దు—ఏమది?

శం—నాప్రభావము నెఱుఁగఁగోరి, నాతోఁ బోరాడవచ్చిన, యౌరంగజేబును సంపూర్ణముగ నోడించితిని.

వారిసైన్యముతో నేకీభవింపఁజేసి, మొగల్ సామ్రాజ్యమును, సమూలముగ విధ్వంసము కావించెదను.

శం—దుర్గాదాస్! మరాఠ మే యొకదినమున రాజస్థానమును, మొగల్ సామ్రాజ్యమును కూడ గెలువఁగలదని నాయభిప్రాయము.

దు—మహారాజ్! మరాఠులును, రాజపుత్రులును హిందువు లగుటచే రసపుత్రులను గెల్చుటలో తమకు గౌరవముండదు.

శం—అది నిక్కువమేయగును. (సేవకు నుద్దేశించి) కౌన్ హైరే!

సేవ—జీ, హుజూర్!

శం—అంతయు సిద్ధముగనున్నదా?

సేవ—చిత్తము.

శం—దుర్గాదాస్! మీరు విశ్రమింపుఁడు. నేను పోయివచ్చెదను.

(నిష్క్రమించును.)

దు—(తనలో) మరాఠులు నిక్కముగ బలపరాక్రమము గలవారే యైనను, వారికి స్వాభిమానము మెండు. ఏమి వారియుద్ధనైపుణ్యము! ఏమి వారియశ్వారోహణవిద్యాకౌశల్యము! ఏమి వారి సహిష్ణుత! దీనికిఁదోడు, మాజాతికుండు స్వార్థత్యాగాది సద్గుణము లుండినయెడల, ఏ రిందున్నైన గెలువఁజాలుదురు. కాని, లాభము లేదు. హిందూజాతికిఁక నౌన్నత్యము సంభవింపదు. (దూరమునుండి యార్తనాదము వినవచ్చెను.)

దు—(వినుట నభినయించి) ఆయార్తనినద మెవరిదైయుండును? ఓహో! మేఘగర్జనమువలె నున్నదే! నాద్వారముచెంతనే విననగుచున్నది. ఏమి హృదయవిదారక మగు ధ్వానము! ఇది నిజముగ స్త్రీకంఠస్వరము. (ముక్తకేశయై, నిజశరీరలతి

తకు వచ్చి చేరును.)

స్త్రీ — రక్షింపుఁడు! రక్షింపుఁడు !!

దు — భయపడకుము. అమ్మా! నీ వెవరవు?

[ఆయుధపాణియై, శంభాజీయును, అతని వెనుక కాబ్లసుఖానుఁడు ప్రవేశింతురు.]

శం — పాపీ! పిశాచీ! దానిని నీ వెందులకు పోనిచ్చితివి?

స్త్రీ — ఆమె గొప్పయింటిబిడ్డ.

శం — అయిన, దానితో నీకేమి సంబంధము కలదు?

(భయముచే నాస్త్రీ మూర్ఛిల్ల, శంభాజీ యామెను చంపఁబోయెను. దుర్గాదాసుఁ డతని నాటంకపఱచును)

దు — మహారాజా! ఒకానొక యబలపై నిట్లత్యాచార మొనరింపఁ బోవుట తమకు న్యాయమా?

శం — నోరు మూయుము. దూరముగఁ దొలఁగిపొమ్ము!

దు — నేఁటిదనుక దుర్గాదాసుసమక్షమున నబలల కత్యాచారము జరిగియుండలేదు. కత్తిని యథాస్థానమం దుంచుఁడు.

శం — ఆవలకుఁ బోయెదవా, లేదా?

దు — ఎన్నటికి నట్లు చేయఁజాలను.

శం — అట్లయిన నీకరవాలమును తీసి, యుద్ధమునకు రమ్ము

దు — సురాపానజనితమదమున మీ రట్లనుచున్నారు, కాని మిమ్ముల నోడించుటకు తరవారు కావలయునా? (అని శంభాజీచేతి నున్న యాయుధము నూడఁబెఱికి, నిజోత్తరీయమున నతని కాలుసేతుల బంధించివైచి, స్త్రీని పరీక్షింప నామె మరణించియుండెను.)

బ్రహ్మాస్త్రమునేయ నీచేతు లెట్లాడెను? ఆహా! బాలిక నిష్కారణముగ మరణించినది. ఛీ, శివాజీమహారాజుకుమారుఁడవు? ఛీ! నీముఖమునైన పరికింపరాదు.

(నిష్క్రమించును.)

శం—అరే! ఉస్కో పక్డో! పక్డో!

(మఱికొంతసేపటికి రక్తసిక్తశరీరుఁడగు దుర్గాదాసు గజిబి వచ్చును. అతనివెంట కాబ్లసుఖానుఁ డుండును. కాబ్లసుఖాన్ శంభూజీ బంధనముల విప్పును.)

దు—అందఱును సావధానులరై యుండుఁడు. ఈయేబదిమందిని మదీయకరవాలమున ఖండించి, చెండాడి, నాప్రాణముల రక్షించుకొన శక్తుఁడనైనను, నానిమిత్తము స్వజాతీయులగు హిందువులను బాధించుటకు నామనం బొప్పకుండెను. ఆస్త్రీని రక్షించుటకు నేను కావించిన ప్రయత్నము వితథమయ్యెను. ఇదిగో! నన్ను బంధించుఁడు! (చేతులఁసాచును. భయపడుచు, కాబ్లస్ దుర్గాదాసును బంధించెను.)

శం—దుర్గాదాస్! ఇపుడు నేను నిన్నేమిచేయ జాలను? జీవకాలతో నిన్నుఁ గాల్చి వేయుదునా?

కా—మహారాజా! అతిథిని మీస్వహస్తములఁ జంపుట యుచితము కానేరదు. ఇతనికి పరమశత్రుఁడగు ఔరంగజేబున కితని నప్పగించిన బాగుగనుండును.

దు—సరే! అట్లే చేయవచ్చును, కాని, మరాఠదేశాధీశుఁడుకూడ, యీకాబ్లస్ఖానునిచేతనే మరణమొందునని రూఢిగఁ జెప్పఁగలను. అతఁడీదినమునుండి ఖాను నొకకంటఁ జూడకున్న నష్టమువాటిల్లును. ఇది నాతుదియుపదేశము.

షష్ఠదృశ్యము.

స్థానము:—అహమదునగరమున రాజప్రాసాదాంతఃపురము.

[గుల్నారుసుఖాసీనయై యుండును.]

గుల్—(స్వగతమున) నే నీదాక్షిణాత్యమునకు వచ్చుటకు కారణ మెద్దియో ప్రజ లూహింపఁజాలకున్నారు. ఔరంగజేబు, మరాఠదేశాధినాథునితోఁ గయ్యమాడి, తనపుత్రుని తీసికొని పో నుక్లేశముతో నున్నాఁడనియు, బిజాపురము, గోల్కొండల నాక్రమింప వచ్చియున్నాఁడనియు, మరాఠులను మొగల్ సైనికుల పదఘట్టనములచే రూపుమాప నున్నాఁడనియు లోకము భావించుచున్నది. అహ్హాహా! లోకులు కాకులుగాక మఱేమగుదురు? కాని వీరిలో నెవ్వరును, మొగల్ సామ్రాజ్యచక్రమును త్రిప్పు వ్యక్తి గుల్నారని గుర్తెఱుఁగరైరి. నే నీరథాంగము నీమరాఠదేశమువంకఁ ద్రిప్పకుండినచో, హరిహరులు సైతము పాదుషాను ససైన్యముగ నిచ్చటికిఁ గొనిరా నశక్తులై యుందురు. దుర్గాదాస్! తనకుఁ గలిగినదానితో సంతృప్తి నొందుచున్న పాదుషాను- మరాఠులను గెలువ నభిలాషలేని చక్రవర్తిని- గతఘోరసంగ్రామద్వయజనితావమానానలదగ్ధశరీరుఁడగు నౌరంగజేబును, నీకొఱకే యిచటికిఁ దీసికొని వచ్చితిని. ఆనాఁడు రాణారాజసింహునిసమక్షమున నన్ను శృంఖలాబద్ధను గావించినందులకు కోపగించి, తీవ్రదృష్టుల నీపైఁ బ్రసరింపఁజేసినందులకు నన్ను క్షమించుము! నీసౌందర్యఝంఝామారుతము మన్మనోసాగరము నల్లకల్లోల మొనరించుచున్నది. ఒక్కసారి నీముఖసందర్శన మొనరించినఁగాని మదీయహృదయవేదన ముపశమింపదు.

ఔరం—గుల్నార్!

గుల్నా—జహాఁపనా! బాందగీ!

ఔరం—(చిఱునగవుతో) దుర్గాదాసు పట్టుబడినాడుసుమీ.

గుల్నా—ఇది పరిహాసములకు సమయముకాదు. ఉన్న దున్నట్లు వచింపుఁడు.

ఔరం—ప్రేయసీ! పరిహాసముకాదు. కాబ్లుసుఖానుఁ డతనిని పట్టుకొనెను. వానికి నే నేఁబదివేలరూప్యములు బహుమానముగ నిచ్చితిని. మరాఠరాజునుకూడ నిట్లు బంధించినచో దానికి పదిరెట్లు పారితోషిక మిచ్చెదనని పలికితిని.

గుల్నా—ఇపుడు దుర్గాదాసు నేమిచేయఁదలఁచినారు? అతఁ డెక్కడ నున్నాడు?

ఔరం—దిలేర్‌ఖాను రక్షణమున నున్నాడు. అతనికిఁ దగిన దండనమును విధింప నుద్దేశించియున్నాను.

గుల్నా—వలదు. మీస్వహస్తముల నతని బంధనములను విడఁదీయుదు.

ఔరం—ఏమీ! గుల్నార్! నీవస్వస్థమనస్కవైయున్నావు. ఈసమయమున నీతో సంభాషింపఁదగదు.

(అవలకుఁ బోవును.)

గుల్నా—మంచిది. దుర్గాదాస్! నాస్వహస్తముల నిన్ను బాధవిముక్తుని గావించెదను. నిన్ను మొగల్‌సామ్రాజ్యసింహాసనముపై నధివసింపఁజేతును. నేను నీసామ్రాజ్ఞి నయ్యెదను. అదియ నాలక్ష్యము. తత్కార్యనిర్వహణమునకే నేను జీవించియున్నాను. నాజీవితచరిత్రమున నిదియొక్కటే నాకు శుభదినము.

దృశ్యాంతరము.

[మొగల్ శిబిరమందలి కారాగారము- శృంఖలాబద్ధుఁడగు దుర్గాదాసుఁడిటు భ్రమించుచుండును. సమయము నిశీథము.]

దుర్గా—(ఆత్మగతమున) భళిరా! విపరీతకాలము సమీపించినది.

గీ. చండబాహుదండాఖండ । మండలాగ్ర
ఖండితారాతివీరవ్ర । కాండ కాండ
మాంసఖండసంప్రీత గో । మాయుచయుఁడు
పురుషసింహుండు కపటవా । గురకుఁ జక్కె
నధమవిధికి నసాధ్యకా । ర్యంబు గలదె.

మరాఠదేశపాలకా! కుటిలనీతిని రాజ్యపరిపాలన మొనరించు వైదేశిక రాజన్య మృగములఁ జెండాడిన యీదుర్గాదాసనెడు వీరసింహుండు, నేఁడు, స్వజాతీయుఁడనగు నీచే బోనులో బంధింపఁబడెఁగదా! మీరు, మొగల్ రసపుత్రజాతులపై విజయమొందు సమయము వచ్చునని స్వప్నమందైన భావింపకుము. ఒకప్పు డీరసపుత్ర- మరాఠ- మొగల్ జాతులను మూఁడింటిని వేఱొకజాతి విధ్వంసము కావించుట కవకాశము కలదు. అప్పుడుగాని విశ్వాసఘాతుకత్వమునకు వినాశకాలము చేకురదు. (కొంచెమాగి) ఎవ రాకవాటమును తెఱచుచున్నారు? ఎవ రది?

[స్వాలంకృతయై గుల్నారు ప్రవేశించును.]

దు—ఓహో! ఓహో! ఎవ రీసౌందర్యరాశి! తమ రెవరమ్మా?

గు—(నవ్వుచు) బేగము గుల్నారును.

దు—బేగం గుల్నారా?

గు—ఔను. ఒకప్పుడు మీరు నన్నుఁ గారాగారమందు బంధించి యుంటిరి. ఇపుడు మీరు నాఖైదీలుగా నున్నారు.

గు — మిమ్ముల విముక్తులఁ జేయుటకు వచ్చితిని.

దు — అట్లైన నాకుఁ బ్రత్యుపకార మొనరింప నేతెంచితిరి కాఁబోలు.

గు — కాదు.

దు — చక్రవర్తి యాదేశముపై వచ్చితిరా?

గు — నేటివఱ కతఁడే నాయాజ్ఞానుసారియై ప్రవర్తించుచుండె, నీ గుల్నా రతనికి లోఁబడియున్నదనుట మీ అమాయికత్వము.

దు — అయిన తమ రిచ్చోటి కీభయంకర గాఢ నిశీథ సమయమున నేతెంచుటకు గారణ ముండవలెఁగదా.

గు — నాప్రాణేశ్వరులగు మీ బంధనముల విమోచనము గావింప వచ్చినాను.

దు — (ఆశ్చర్యమున) ఇది యేమిపరిహాసము?

గు — మొగల్ సామ్రాజ్ఞియగు గుల్నా రొకసాధారణసేనానాయకుని "ప్రాణేశ్వరుఁడా" యని సంబోధించుటఁ జూడ, మీ కాశ్చర్యము జనింపవచ్చును, కాని, నేఁ డీరాజ్ఞి సాధారణస్త్రీవలె బ్రవర్తించుట కొక కారణ మున్నది. ఈమె మిమ్ముల "ప్రాణేశ్వరా!" యనిపిలుచుటలో సత్యంతానందమును బొందుచున్నది.

దు — కాని, సామ్రాజ్ఞి ... ...

గు — (వినినట్లు నటించి) దుర్గాదాస్! నేఁటిదనుక గుల్నారు మానవమాత్రునివలలోఁ దగుల్కొనియుండలేదు. ఈసామ్రాజ్య వ్యవహారములందు పాదుషాహస్తాక్షరములు తప్ప మరేమియును మీకుఁ గానరావు; కాని, పరిపాలనాభారమంతయు గుల్నారుపైనున్నది. సమస్తచరాచరజంతుజాలము గుల్నారు నామమును స్మరింపని దినము లేదు. గుల్నారు హర్షచిత్తయై యున్నపుడు లెక్కకులేని నూతనరాజ్యములు స్థాపింపఁ

నశించుచున్నారు. ఏతాదృశప్రభావముంగలిగిన యీ భోగం
గుల్నారు నేఁడు మిమ్ములను బ్రేమించి, మీ ప్రేమపాశముచే
బంధితురాలై, మీ ప్రేమయనెడు శీతలవర్షబిందువుల స్నానఁ
మాడి, మీవక్షస్థలమున నిద్రాసౌఖ్యమును పొందఁగోరి
వచ్చియున్నది.

దు—(ద్విగుణీకృతాశ్చర్యమున) గుల్నార్! మీమాటల కర్థము నా
కవగాహ మగుట లేదు.

గుల్నా—మీరు చక్రవర్తికి భయపడవలసిన పనిలేదు. అతఁడు నా
దాసుఁడు. రండు! సింహాసనమున మిమ్ములఁ గూర్చుండఁ
బెట్టెదను. రండు.

దు—సామ్రాజ్ఞీ! భుజపరాక్రమమున గెలువని సింహాసనము నా కవ
సరము లేదు.

గు—మీకు సామ్రాజ్యాభిలాష లేదా?

దు—లేదు. తమ రీస్థలమునుండి మరలిపొండు!

గు—ఏమీ? మీరు నన్నుసైతము పొమ్మనుచున్నారా? నన్నుఁ
బ్రేమించుటకు మీ కిష్టము లేదా?

దు—పరదారాపరిగ్రహణము మా రాజపుత్రులకుఁ దగనిపని. ఆ
యధర్మమునకు నే నిదివఱకు నొడిగట్టుకొనలేదు.

గు—ఔరంగజేబువంటి చక్రవర్తులు, ఏయబలవాగనుశాసనమున నధీ
నులై యున్నారో, యట్టినాప్రేమను నిరాకరించుచున్నారా?

దు—సామ్రాజ్ఞీ! లోకమున నౌరంగజేబులును, దుర్గాదాసులును
గలరు. కేవల మౌరంగజేబులతో ప్రపంచము నిండియుండ
లేదు.

కొంటిరా?

దు—ఆహా! తెలిసికొంటిని. మృత్యువునకు నేను భయపడను. మృ
త్యువుకంటె భయదాయకమగు నాపద లేనేలేదు. ఈతకు
మించిన లోతును, చావునకుమించిన హానియు లేదుగదా.

గు—దుర్గాదాస్! మీరు నాతోఁ బరిహాసము లాడుచున్నారు.

దు—అట్లుకాదు. నేటివఱకు నే నీవిధములగు పరుషవాక్యముల-
గంభీరశబ్దములఁ బలికియుండలేదు.

గు—(రోషకషాయిత లోచనయై) నన్నుఁ బెదిరింతువా, లేక మృ
త్యుదేవతాసాన్నిధ్యమును గోరుదువా?

దు—మృత్యువునకు సిద్ధపడియే వచ్చితిని.

గు—(కుమారు నుద్దేశించి] కామబఖ్షా!

[కామబఖ్షా ప్రవేశము]

కా—మా! క్యాహుకుం?

గు—(దుర్గాదాసును వానికి చూపుచు) వీనిని వెంటనే వధింపవలెను.

[కామబఖ్షా తరవారు నొఱనుండితీసి దుర్గాదాసును నఱుకఁబోవును
దిలేర్‌ఖానుఁడు శరవేగమున నచటకి వచ్చును.]

దిలేర్—(కామబఖ్షాకు పిస్తోలునుకనపరచి) సావధానుఁడవై మెల-
గుము. లేకున్న నిన్నీపిస్తోలున, నరకమున కంపెదను.

గుల్నా.—దిలేర్! ఇందు నీవెందులకు జోక్యము కలిగించుకొనుచున్నావు? నీకుఁగల యధికార మేమి?

దిలేర్—పాపాత్మురాలా! నోరుమూయుము! నే నీశ్వరునకుఁదప్ప తదితరులకు భయపడను. (దుర్గాదాసు నవలోకించి) మహాత్మా! లోకమున కాదర్శప్రాయుఁడవగు నీకు నాప్రాణము లడ్డు. (అతని బంధనముల విప్పి) ఆవల నొకయశ్వము నుంచినాడను. దాని నధిరోహించి యథేచ్ఛం జనుఁడు.

(దుర్గాదాసు నిష్క్రమించును. అతని వెంట దిలేర్ ఖానుఁడుఁబోవును.)

పంచమాంకము.

ప్రథమదృశ్యము.

[సింహాసనారూఢుండై అక్బరు వెలయాండ్రనృత్యమును చూచు చుండుచు.]

అ—నాచో, ఖూబ్ నాచో! షౌక్ నాచో! వహవ్వా! బహుత్ అచ్ఛాహై. (ఆడుము బాగుగ నృత్యముచేయుము. చాల బాగానున్నది.)

[కాబ్లసుఖాన్ ప్రవేశము]

అ—కాబ్లస్! శంభూజీ కహా! (శంభూజీ యెచ్చట?)

కా—(నేల పడిపోవుటను నటించి) మర్‌గయా, పాజాదా! (యువరాజా! చనిపోయెను.)

అ—ఏమీ! నీవు సత్యమును పలుకుచున్నావా?

కా—ఔను నిక్కమునే వచించుచున్నాను. శంభూజీమహారాజ్, కారాగారమం దున్నాడు. ఇపుడు మీ రేమి చేయందలంచు కొన్నారు? పాదుషావారిచే జిక్కి కారాగృహమందున్న మీ మిత్రునిం జూడ నభిలాష యున్నయెడల, నాతో మీరతని కడకు రండు.

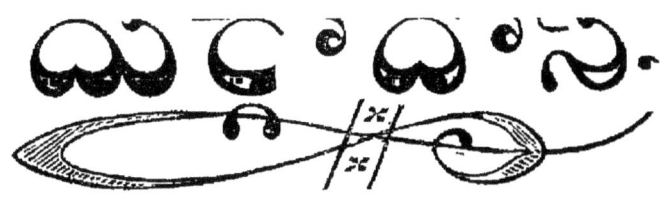

కెలియఁగుట మేలు.

కా—యువరాజా! నాతో నేగుఁదెంచిన మీ కెట్టిభయమును చేకూరదు. నాప్రాణముల నొసంగియైనను మిమ్ములఁ గాపాడెదను, రండు!

[దుర్గాదాసు ప్రవేశించును.]

దు—(కాబ్లసు నుద్దేశించి) విశ్వాసఘాతుక! నీమాయావాగుర నక్బరునుసైతము బడద్రోయ నెంచితివా?

కా—(కంపితశరీరుఁ డగుచు దుర్గాదాసు నవలోకించుచుండును.)

దు—కాబ్లస్! నీమనోరథ మీడేరినదికాదని, యాలోచించుచున్నావా? నాముఖమువంక నంతతీవ్రముగఁ బరికించుచున్నా వేల? నీకేమియుఁగాని నేను మరణించినను నష్టములేదు, కాని, నీ ప్రభువును—శంభాజీనిసైతము ఔరంగజేబున కప్పగించుటకు నీకు చేతు లెట్లువచ్చెను?

కా—(శరీరము కంపింప) నేను—కా...ఆ. .

దు—(పండ్లుఁగొఱుకుచు) నీచా! ఆపనిచేసినది నీవుకాదా? నీ ప్రేరేపణమున శంభాజీ యొక్క బ్రాహ్మణస్త్రీని గవయుటకు, దుర్గమునుండి నిర్గమించుట సత్యమా, యసత్యమా?

కా—నిజమే.

దు—అతఁడట్లు దుర్గప్రధానద్వారముదాఁటి బయటకువచ్చుటయుతడవుగ, సైన్యయుతుఁడై యచ్చోట వేచియుండిన, ఆజిమశానిని పట్టి బంధించుట నిజమా, కాదనెదవా? అసత్యమాడినచో నీకిప్పుడే తగినశిక్షను విధింతును.

కా—(పాఱిపోవుటకుఁ బ్రయత్నించును.)

దు—భాగోమత్! (పాఱిపోవద్దు!) జాగ్రత!

దు—అల్లాను స్మరింపుము. మూర్ఖా!

కా—మాఫ్ కరో! మాఫ్ కరో! ఖుదాబంద్! (క్షమించుము. క్షమించుము. అని దుర్గాదాసు చరణముల వ్రాలును.)

గు—పొమ్ము! విశ్వసించి నావంశమునకుఁ గళంక మాపాదింపకుము. నీవు శంభూజీనాశనమునకు మూలకారణమవు. నీకు నరకమునకైన దావుండదు. ఆవలకుఁబొమ్ము! (కాలితోఁదన్ని కాజీను నావలకుఁ బడవేయును.)

దు—(అక్బరునుద్దేశించి) షాహజాదా! సురపానమే నీసర్వనాశమునకుఁ గారణభూతమగునని, నేనొకనాడు శంభూజీతోఁ బలికియుంటిని. మీరద్దాని నిపుడు ప్రత్యక్షముగఁ గాంచియున్నారు. ఇఁకనైన మేల్కొని మీరా దురభ్యాసమును వీడకున్నచో, మీకును శంభూజీగతియె పట్టును.

అక్బ—రాథౌరుసేనాధ్యక్షా! ఇంతకాలమైనపిదప, మఱిలాభమేమి కలదు?

గు—అట్లనఁబోకుము. ధైర్యము నవలంబించి, చిత్తము నావంక పరువిడకుండ బాధింపఁ బ్రయత్నింతురేని మీకు ముక్తి కలదు. తప్పక విజయముఁ బొందఁగలరు.

అక్బ—(కొంతసేపూరకుండి) దుర్గాదాస్! మీరు సత్యము ప్రకాశించితిరి. ఈదురభ్యాసజనితాంతరంగికదురవస్థ నామస్తిష్కమును పాడుచేసినది. నాజీవితముపై నాకే యసహ్యము పుట్టుచున్నది. ఇఁక నే నీప్రపంచములో సాంగత్యము వీడెదను. వీడెదను. వీడెదను.

దు—అట్లుకాదు. మీరు నాతో మార్వాడమునకు రండు. మీకిఁకను భయమ్ములేదు.

త్తము మీరు పడరానిపాట్లను బడియున్నారు. మిమ్ములఁ గష్టపరంపరలలో ముంచినందులకు నన్ను క్షమింపుము. నన్ను నిర్బంధించవలదు.

దు — ఇందు క్షమించుట కేమున్నది? అది నా కర్తవ్యము.

అక్బ — దుర్గాదాస్! నేను మహాక్రూరుఁడనోయి, అట్టికర్తవ్యమునే నేర్చుకొనెదను. అనేకకిల్బిషముల నాచరించితిని. భోగవిలాసములఁ గాలక్షేప మొనరించితిని. తండ్రికి శత్రువుఁడనైతిని. నాభార్యా మరణమునకుఁ గారణుఁడ నైతిని నన్ను రక్షింపవచ్చిన మిమ్ముల నాపత్పరంపరల ముంచితిని — ఈపాపపరిహారార్థము నేను భగవంతుని వేడుకొనవలయును. మీరు నాకొఱకొక్క కార్యమును చేయవలసియున్నది. మీదేశమున కేగి నా "రజియా" నుమాత్రము భద్రముగఁ గాపాడుము. నేను పోవుచున్నాను.

(అవనిక జారును)

ద్వితీయదృశ్యము.

[కోయిలూరుదుర్గశిఖరమున, శీతలచంద్రచంద్రికలఁ జూచుచు,
రజియా-మార్వాడయువరాజగు నజితసింహుఁడు,
కూర్చుండి యుందురు.]

ర — అజిత్! ఆచంద్రుఁ డెంతమనోహరముగనున్నాఁడో చూడుము! ఆనల్లని మేఘములను భేదించుకొనుచు నుదయించుచున్నాఁడు. వినీలకుంతలసన్నిభ కాలమేఘములపై జిగజిగ మెఱయు నగవలెఁ గన్పట్టుచున్నాఁడు అదిగో, చూడుము! ఇపు డాబిం

న్నది ఆహా! ఆకస మెంతరమ్యముగ నున్నది!

అజి — నేనాదృశ్యము నాలోకించుచుండ లేదు. నీసుందరవదనారవిందమును తిలకించుచున్నాను.

ర — అజిత్! నీమాటల నాలకించుచున్న నాయాశ్చర్యమునకు మేఱయే లేదు. ఈ ధరాతలమున దర్శనీయములగు వస్తువు లనేకములుండ, నాముఖమువంకనే గమనింపుచుంటివా?

అజిత్ — వానికంటె నీమొగమే మిక్కిలియందముగ నున్నది.

ర — అజిత్! నీ వత్యంత బాలుఁడవు. కాకున్నచో నాయంబుదావృత సుందరచంద్రబింబముకంటె నాముఖమే యందముగ నున్నదనుటకు నీవు లజ్జించియుందువు. సముద్రమున జనించి, తద్వేలావిలీనములగుచున్న కెరటములకంటె నావదనము దివ్యముగనున్నదని వచించుటకు సిగ్గుపడియుందువు. రాజకుమారా! సుందరవస్తుమయమగు నీప్రకృతిదేవిని నీవు బాగుగఁ దిలకించినచో, నీరీతిఁ బలికియుండవు.

అజి — రజియా! నేనిఁక బాలకుఁడను కాను. ఈభూతలమునఁ గల సుందరవస్తుజాలములలో స్త్రీ ముఖ్యమైనది. నారీజనములకెల్ల నీవు సౌందర్యవతివి.

ర — ఆమాటను నేను విశ్వసింపను.

అజి — అట్లైన నామీఁద నీకు ప్రేమ లేదన్నమాట.

ర — ఏమీ! ప్రేమించుట లేదనియా, పలుకుచున్నావు? నీవులేక నాజీవితము శూన్యము. నీనామోచ్చారణమున నా కానందము. నీపై నాకత్యంతమోహము.

అజి — నిక్కముగ నన్నుఁ బ్రేమించుచున్నావా?

అజిత్—ప్రాణేశ్వరీ! (అని సంబోధించి, రజియాహస్తమును పట్టు కొనును.)

ర—ప్రాణనాయకా!

(అని యతని నాలింగనముచేసికొను సమయమున ముకుంద దాసనునాతఁడు ప్రవేశించును. తత్‌క్షణము అజితుఁడు కౌఁగిలి వీడును.)

అ—ముకుందా! ఏలవచ్చితివి? వింత లేమైనఁ గలవా?

ము—చిత్తము. దుర్గాదాసు దాక్షిణాత్యమునుండి వచ్చియున్నాడు.

అ—(ఆశ్చర్యముతో) ఏమీ! దుర్గాదాసు వచ్చియున్నాఁడా? అతనిని తత్క్షణము లోనికిఁ దోడ్తెమ్ము!

ము—చిత్తము. (నిర్గమించును.)

అ—రజియా! నీవు గృహాభ్యంతరమునకుఁ బొమ్ము!

(రజియా నిష్క్రమించును)

అ—నాప్రాణదాతయగు- నాతండ్రికి విశ్వాసపాత్రుఁడగు—దేశ మాతకు ముద్దులపట్టియగు, దుర్గాదాసు వచ్చియున్నాఁడను వార్త కర్ణపుటములంబడఁగానే, నా కొకవిధమగు నసూయ జనించుచున్నది. (కొంతవఱకు నాలోచించి) ఛీ! నాదురూహలను పారద్రోలి యతనియెడల నాకును- నాపూర్వుల కుండు గౌరవము నిపుడు చూపించెద.

[ముకుందదాసు, శివసింహుఁడు, వెంటరా దుర్గాదాసు ప్రవేశించును.]

దు—మహారాజ్! భృత్యుఁడు తిరిగి స్వరాజ్యమును చేరుకొనినాడు. చాలదినముల కీమందభాగ్యునకు, మిమ్ముల “మహారాజ”ని

డుచున్నాను. ఇవిగో నావందనసహస్రములు.

(సాష్టాంగపడును.)

అ—సేనాపతీ! క్షేమమా?

దు—చిత్తము కుశలముగనే యున్నాను. యుద్ధవార్త లేమైనఁ గలవా?

ముకుం—సేనానాయకా! ఔరంగజేబు 'మహమ్మదుషా' యనువానిని, యశ్వంతసింహుని పుత్రుఁడని, లోకుల మోసపుచ్చి, వానిని జోధపూర్ సింహాసనముసఁ గూర్చుండఁబెట్టెను. స్వయముగ మహారాజావారు, చక్రవర్తితో యుద్ధ మొనరించి, వాని నోడించినారు. ఆ మహమ్మదుషా కొన్నాళ్ళకు చనిపోయినాడు.

అ—దుర్గాదాస్! జయసింహుని తనయుఁడగు సమరసింహుఁడు తండ్రితో శత్రుత్వమూని, యుద్ధము చేయనున్నాఁడు. జయసింహుఁడు మాసాహాయ్యము నపేక్షించియున్నవాఁడు, కావున మీరందఱు యుద్ధసన్నద్ధులై యుండుడు!

దు—చిత్తము. కాసి మెక్కడ?

అ—లోననున్నాడు. అతని శరీరావస్థ మునుపటివలె లేదు.

దు—అతని నొకసారి చూడ సెలవిండు! (వందనమిడును.)

(ముకుందశిష్యులతో దుర్గాదాసు లోని కేగును.)

తృతీయదృశ్యము.

స్థానము:— దాక్షిణాత్యమున మొగల్ శిబిరము.

[ఔరంగజేబును దిలేర్ ఖానుఁడును సంభాషించుకొనుచుందురు.]

ఔ—దిలేర్! అక్బరు సర్వసంగపరిత్యాగముఁ జేసి మక్కాకుఁ బోయినాఁడా! ఆహా! వానిమేలుకొఱకే నే నిన్నికష్టములఁ బ

బోయి భగవచ్చింతనమందు కాలయాపనము చేసెదను. కాని, దిలేర్! నీ వింకొక ముఖ్యకార్యమును చేయవలసియున్నది రజియానుద్ధరించుభారము నీపైనుంచితిని. ఆనాఁడు నీవు దుర్గాదాసును విడువకున్నచో నాకార్య మాక్షణముననే సాధించియుందును.

ది—ఎట్లు సాధించియుందురు? ఆపీనుని భయపెట్టియా? అది యెన్నటికిని సంభవము కానేరదు. ఆయుధపాణియై, తనప్రాణములఁ గొనిపోవుటకై వచ్చిన యమదూతవలె, సమ్ముఖమున నిల్చియున్న కామబఖ్షాని కతఁ డిసుమంతయైన జంకక, నొకయచలమువలె నుండెను. అట్టివానిని భయపెట్టి మీరు రజియానుద్ధరించుటయా? కేవల మది ప్రగల్భము.

ఔరం—ఔను, సేనానాయకా! దుర్గాదాసుఁ డుదారపురుషుఁడు. కాని—

దిలేర్—కర్తవ్యమునకొఱకు రాజపుత్రులు జీవములసైతము బలిదాన మొసంగెదరు. దుర్గాదాసుఁడు వారందఱకు నతీతుఁడు.

ఔరం—సత్యము. అయిన నీకు రజియాను రసపుత్రుల హస్తముల నుండి విడిపించుట దుర్లభమగునందువా?

దిలేర్—శ్రీవారు నాకు సర్వాధికారము నిచ్చినచో నామెను విడిపించుటకుఁ బ్రయత్నింతును.

ఔరం—ఉపాయము?

దిలేర్—క్రమక్రమముగఁ దమకుఁ దెలియఁగలదు.

[కాబ్లసుఖానుఁడు ప్రవేశించును.]

ఔరం—కాబ్లస్‌ఖాన్! ఏమి సమాచారము?

తటను త్రిప్పి తుదకు వధ్యస్థానమునకుఁ దీసికొనిపోతిని. అతనినిచంపుట కేరును సాహసింపమిఁ, తిరుగ నిచ్చోటికిఁ గొనివచ్చితిని.

ఔ——అతని నిచ్చటికిఁ దీసికొనిరమ్ము !

కా——నాబహుమానముమాట మఱచినారా ?

ఔ——అతనిని తీసికొనివచ్చినపిదప నీకు బహుమతి నిత్తును.

(సలాంచేసి కాబ్లస్ నిష్క్రమించును.)

ఔ——దిలేర్ ! నాజీవితముపై నాకే యసహ్యము జనించుచున్నది. అక్బరును విద్రోహిగఁ జేసికొంటిని. ముఆజిముతో శత్రుత్వముఁ బూనితిని... . .... .

[ఆజిం కాబ్లసులు శంభాజీని తీసికొనివత్తురు.]

ఔ——(శంభాజీని చూచి) శంభాజీమహారాజ్ ! మామసీదుల నపవిత్రములఁ గావించి, మా మౌల్వీలను బాధించి, మాపురాణమును నిందించుటకుఁగాను, నీకుఁ దగినశిక్షను విధింపవలదా ?

కా— జహాఁపనా ! ఖురానును, నిందించినందుకు నే నీతని నాలుకను గోసితిని.

ఔ— శంభాజీ ! ఇప్పుడైనను మాఖురానును స్వీకరించినచో, నీకు ప్రాణదాన మొసంగెదను.

[శంభాజీ మారుపలుకక పండ్లుకొఱుకును]

ఔ——వీడు మహాగర్వివలె నున్నాడు. తత్క్షణము వీనిని వధించి, వా శిరస్సును నా కొసంగుడు.

(శంభాజీని వెంటనిడికొని, కాబ్లసును, ఆజిమును నిష్క్రమింత్రు

తండ్రిని కారాగారబద్ధుని గావించితిని. అన్నదమ్ముల ప్రాణములఁ దీసితిని.

దిలేర్—జహాఁపనా! ఇప్పుడైనను, మీదుష్కృతముల మాని, మందిరములందును, మసీదులందును 'అల్లా' 'పరమేశ్వర' నామముల నినాదములు దిగంతములఁ బ్రతిధ్వనింపనీయకున్నచో, ముసల్మానులు హిందువులపై ద్వేషమును వీడకున్నచో, నార్యావర్త మరాజకమై పోవును. మీరు పేరు ప్రఖ్యాతియు లేక నశింతురు.

ఔ—(చిఱునవ్వు నవ్వి) దిలేర్! హిందూముసల్మానుజాతుల కైకతాభావము కుదురదు. నీవు కలఁగాంచుచున్నావు.

దిలేర్—ఆకలకుఁ గూడ మీరు విఘ్నము కూర్చినారు.

[కాబ్లస్‌ఖాన్ ప్రవేశించి, చక్రవర్తికి శంభూజీ శిరస్సును సమర్పింపఁబోవును.]

ఔ—అరే! హటావో! హటావో! (ఆతనిని నాముందఱనుండి తొలగించుము.)

దిలేర్—చక్రవర్తీ! మీసహోదరుల రక్తధారలచే సంప్రాప్తించిన యీరాజ్యము, నేఁడీశంభూజీవీరుని రుధిరప్రవాహముతో నంతమొందినది.

(అని యచటినుండి పోవును.)

కాబ్లస్—ప్రభూ! నాబహుమానము నొసంగి నన్నుపంపివేయుఁడు.

ఔ—నిమక్‌హరాం! నీకు బహుమానము కావలయునా? చలో! బాహర్‌జావో, కుత్తా! (కాలితోఁదన్నును.)

స్థానము.—జోధపురరాజప్రాసాదము.

[అజితసింహ శ్యామసింహులు సంభాషించుచుందురు.]

శ్యామ — శ్రీవా రుదయపురరాణావారి సహోదరపుత్రికను వివాహమాడినారని విని చాల సంతోషించుచున్నాను. నేఁడు కదా, మీవాడు మార్వాడరాజ్యముల కైకమత్యము కలిగినది !

అజిత్ — ఈసంబంధము దుర్గాదాసు చేసినదే.

[దుర్గాదాసు ప్రవేశించును.]

శ్యామ — దుర్గాదాస్ ! రజియా యెచ్చటనున్నది?

దుర్గా — ఆమెను సుజాయత్ ఖానుతో ఢిల్లీకి పంపివేసినాను.

శ్యామ — ఏమీ ! నే నామెను భద్రముగఁ గొనిపోయియుందునే. నన్నేల విశ్వసింపకున్నారు ?

దుర్గా — నీవు గబ్బిలమువంటివాఁడవు. విశ్వసనీయుఁడవు కావు, కనుక నే యాతనితోఁ బంపితిని.

అజి — ఏమీ ! సేనాపతీ ! రా.నగు నాయనుజ్ఞ లేనిదే నాప్రాణప్రియను- రజియాను- మొగలుల కప్పగించుటకు నీ కెట్టి యధికారము కలదు ?

దుర్గా — అక్బరు సపరివారముగ నన్నాశ్రయించెను; కావున నాకట్టి యధికారము కలిగినది. రజియాను మీరు ప్రేమించుచున్నారని నాకు బాగుగఁ దెలియును, కాని మీ రామెను మోహించుటలో గొప్ప ముప్పు కలదు. నేను బాగుగ నాలోచించియే రజియాను ఢిల్లీకిఁ బనిచితిని.

అజి — (కోపముతో) దుర్గాదాస్ ! ఈక్షణమునుండి నీవు మార్వాడ

గాంచినంతనే.............

దు—చిత్తము. (అని సలాంచేసి నిష్క్రమించును.)

అజి—శ్యామసింహా! ఈకుట్రయందు నీవుకూడ నున్నావనుకొనెదను. నీవుకూడ నిచటినుండి తొలఁగిపొమ్ము!

(శ్యామసింహుఁడు నిర్గమించును.)

అజి—(తనలో) రజియా! మనప్రేమబంధము దైవవశమున నిట్లు తెగిపోయినందులకు దురపిల్లుచున్నాను. దైవము నిన్నును నీవలన దుర్గాదాసును సైత మెత్తుకొనిపోయెను. ఇఁక నే నామరణాంతము మీకై వగచుచు, దుఃఖాబ్ధిని మునుఁగుచుండవలసినదే.

[కాసిం ప్రవేశించును.]

కాసిం—అజిత్! దుర్గాదాసుగా రేమిచేయుచున్నారు?

అజిత్—రాజ్యపరిత్యాగముఁ జేసి పోయినాడు.

కాసిం—అతఁడు నిజేచ్ఛను రాజ్యమును పరిత్యజించెనా?

ి—లేదు. కొండొకకార్యమున నతఁడు స్వతంత్రించి పనిచేసినందులకు నే నాతని వెడలఁగొట్టించితిని.

గా—అతఁడు స్వతంత్రించెనా? ఎన్నటికి నట్లు చేయఁడు. దుర్గాదాసు స్వతంత్రించినచో నిజపదాఘాతమున నీవంటిరాజుల ననేకులను నేలఁగూల్చి, రాజాధిరాజు కాఁగలిగియుండును. నీవు విశ్వాసఘాతుకుఁడవు. మూర్ఖుఁడవు. నీముఖమును చూచినఁ బాపము వాటిల్లును.

(అని త్వరితగతిని వెడలిపోవును).

స్థానము—ఔరంగబాగునందు రాజప్రాసాదాంతఃపురము.

[గుల్నార్ సుఖాసీనయై, ఎదుటనున్న యద్దమునందలి నిజప్రతిబింబము నవలోకించుచుండును.]

గుల్—(అద్దమందలి తనరూపమునుచూచి) ఆహా! నారూప మెంతలో మాఱిపోయినది? నేను మునుపటి గుల్నారును కాను. ఎత్తుగానుండిన నాచెక్కిళ్ళు చిక్కిపోయినవి. ముఖమున వివర్ణమావరించినది. నాకోమలబాహులతలు వాడిపోయిన చంపకమాలికలను పోలియున్నవి. ఆహా! నాత్రొల్లింటిరూప మెంతలో మాఱిపోయినది! దీనితోపాటు నాయధికారము కూడ నశించినది. నాకుమారుని బిజాపురమునకుఁ బంపవల దని నివారించినను, వినక, ఔరంగజేబు తనకోర్కెఁ జెల్లించుకొనెను. ఒకసారి మాటలాడిపొమ్మని వర్తమానమంప, "సమయములే" దని ప్రత్యుత్తర మిడెను. ఇప్పుడు నాయధికార మెంతసన్నగిల్లినది! ఏనాఁడు దుర్గాదాసు నాప్రేమను నిరాకరించెనో, ఆనాఁటినుండియు నా కీహీనదశ సంప్రాప్తమైనది.

[రజియా ప్రవేశించును]

గు—రజియా! నేను మునుపటివలె నున్నానా? లేక నారూపమం దెట్టిమార్పయినఁ గలదా?

ర—అమ్మీజాన్! నీవు మునుపటివలె నున్నావో, యిప్పటివలె నున్నావో నేను చెప్పఁజాలకపోయినను, నావలెనే విరహవేదనావస్థయం దున్నావనిమాత్రము చెప్పఁగలను.

గు—ఏమీ! నీవుసైత మొకకఠినహృదయునిఁ బ్రేమించి, నిరాకరింపఁబడితివా?

దాసి—షాజాదీ ! భీతర్ చలో' (యువరాజ్ఞీ! లోపలకుఁ బొమ్ము!)

గుల్నా—చుప్ ! దుష్టురాలా ! దాని నెందుకుపిలచుచున్నావు ? అది లోపలకుఁ బోదు.

దాసి—ఇది పాదుషావారియాజ్ఞ. (అనిపలుకుచు దాసి రజియాను లోపలకు లాగికొనిపోవును).

గుల్నా—ఇఁక నేను జీవించియుండు టుచితముకాదు. భర్తచేఁ దిరస్కృతనై—బంధువులచే నిరాదృతనై, భృత్యులచే ధిక్కృతనై—ప్రేమికునిచే నిరాకృతనై, జీవములతో నుండఁజాలను. ఈబ్రతుకు నాకు మిక్కిలి దుర్భరముగ నున్నది ఆత్మహత్యఁ గావించుకొని పరలోకమున కేగి సుఖముండెదను.

[గుల్నారుతనయుఁడగు కామబఖ్షా ప్రవేశము]

కామ—అమ్మా ! నాన్నగారి యాదేశమున నేను బిజాపురమునకుఁ బోవుచున్నాను సెల వొసంగుము.

గుల్నా—ఔను. ఈసమాచారమును నే నిదివఱకే తెలిసికొంటిని. భగవంతుఁడు నీకు మేలుచేయుఁగాక ! ఇదియ నీకు నా యాశీర్వాదము. తిరిగి నీవు నన్నుఁజూడఁజాలవు. (కన్నీరుఁగార్చును)

కామ—తల్లీ ! నీమాటలు నాకు బోధపడలేదు.

గుల్నా—ఏమియును లేదు, నాయనా ! అన్యమనస్కనై యుంటచే నీతో నేమేమో పలికియుంటిని. పొమ్ము ! నీవు నాసమ్ముఖమున నుండకొలఁద నాదుఃఖము ద్విగుణీకృత మగును.

(కామబఖ్షా నిర్గమించును)

[పిదప గుల్నారుసైత మొకగదిసజొచ్చి, శుభ్రవస్త్రా లంకృతయై మరలివచ్చును.]

ఔరంగజేబు—[ప్రవేశించి] [illegible] !

యుంచెనాయేమి ?

ఔరం — సామ్రాజ్ఞీ! నీవు నాయెడల నొనర్చిన దోషములకు నిన్ను క్షమించి, పుణ్యక్షేత్ర మగు మక్కాకుఁ బోవుచున్నాను. నాసర్వనాశనమునకు కారణభూతవగు నిన్నిఁకఁ బ్రేమింపఁ జాలను. ఇఁకనైన నీవు పశ్చాత్తాపము నొంది, భగవంతుని చింతించి, పుణ్యలోకమును చేరుకొనుము.

గుల్నా — నన్ను 'సామ్రాజ్ఞీ' యని సంబోధింపకుఁడు. నా నేరములకు తగినశిక్ష ననుభవించుదానను నేనుకాని మీరు కానేరరు. నేను పశ్చాత్తాప మొందను. స్త్రీనై జన్మించినందులకు పురుషుని నాయిచ్ఛకువచ్చినట్లు స్వాధీనపఱచుకొంటిని. సామ్రాజ్ఞినైనందులకు మొగల్ సామ్రాజ్యము నేలియుంటిని. ఇంతకంటె నాకు కావలసిన దేమికలదు? కాని, ఆదీర్ఘ కాయుఁడు — నేనుప్రేమించిన దుర్గాదాసుమాత్రము నన్ను జయింపఁగలిగెను. ఆ పరాజయమును సహింపఁజాలక, నాత్మహత్య కావించుకొనుటకై విషపానముఁ జేసితిని. ఇఁక— నే— బ్ర— తు— —(నేలఁగూలును.)

ఔరం — పాపాత్మురాలా! చచ్చుటకుపూర్వ మొకక్షణమైనను, పశ్చాత్తాప మొంది, ఈశ్వరుని తలంచవైతివే. నీకు నరకప్రాప్తియే యగును.

(నిష్క్రమించును)

స్థానము:—జయసముద్రతీరస్థమగు రాణాజయసింహుని భవనము.

[భవనబహిర్వేదికపై నధివసించి, దుర్గాదాసు ప్రకృతి సౌందర్యము నాలోకించుచుండును.]

[జయసింహుఁడును, సరస్వతియు లోపలి నుండివచ్చి, దుర్గాదాసునకు వందన మాచరించి] దేవా! ఫలాహారమునుచేయ లోనికి దయసేయుఁడు.

దు—అమ్మా! ఇదిగో వచ్చుచున్నాను.

జయ—మహాత్మా! మాగృహమున మీకెట్టి యభ్యంతరము నుండదు. ఇచ్చట మీ రామరణము సౌఖ్యముగ నుండవచ్చును. మేము మీకు సేవలొనర్ప సంసిద్ధులము.

[ద్వారపాలుఁడు ప్రవేశము.]

ద్వా—మహారాణా! రాఠోరుసేనాపతి సందర్శనము నభిలషించి మొగల్‌సేనాపతియగు దిలేరుఖానుఁ డేతెంచియున్నాఁడు.

దు—(ఆశ్చర్యసూచకముగ) దిలేరు వచ్చియున్నాఁడా! సాదరమున నతనిఁ దోడ్కొని రమ్ము!

ద్వా—చిత్తము.

(నిష్క్రమించును.)

దు—రాణా! దీనియర్థ మేమై యుండును?

[దిలేరు ప్రవేశించును.]

దిలేరు—బాదగి వీరాగ్రేసరా! బందగీ– నన్ను మఱచుట లేదుగదా?

దుర్గా—నాప్రాణదాతను నేను మఱతునా? దయసేయుఁడు. మీరాకకుఁ గతం బెఱింగింపుఁడు.

ప్రయాగాదిక్షేత్రముల దర్శించుటచే హిందువు లెట్లు పావనులగుచున్నరో, మరణించుటయుఁ బూర్వము, నేనుసైతము నుదారపురుషులగు మీదర్శనముఁ జేసికొని పావనుఁడ నగుటకు వచ్చియున్నాను.

దుర్గా — దిలేర్! సామాన్యుఁడనగు నన్ను మీ రట్లు భావించుటకు, మీకు నాపైఁ గలప్రేమయ ముఖ్యకారణము.

దిలేర్ — అట్లనఁబోకుఁడు. ఈకలియుగమున మీవంటి మహాత్ముల సందర్శనమే ప్రజలఁ బావనులఁ జేయఁగలుగును. దీనికిఁ బురాణములు ప్రమాణములు.

దు — సేనాపతీ! పురాణములే కాదు. మీవాఁడగు కాసిమే యిందులకు ప్రత్యక్షప్రమాణము. ముసల్మానుఁడైనను, విశ్వాసముతోఁ బ్రాణమునకు భయమొందక, నేనుచేయు ప్రతికార్యమందును, సహాయభూతుఁడై ప్రవర్తించిన కాసిమును నే నెన్నటికిని మరువను.

[కాసిం ప్రవేశము.]

కా — బందగీ, దుర్గాదాస్!

దు — రమ్ము! ఈస్థలము నలంకరింపుము. మన మహారాజు క్షేమముగ నున్నారా? వింత లేమైనఁ గలవా?

కా — మన మహారాజును గురించి నన్నుఁ బ్రశ్నింపకుఁడు. ఆదుష్టు నామోచ్చారణమున పాపము సంభవించును. ఔరంగజేబ పాదుషా దౌలతాబాదులోఁ బరలోకప్రాప్తి నొందినాఁడు. అతఁడు మరణించుచు "మరాఠులారా, రాజపుత్రులారా!

బాసెను.

(అందఱును కొంతవఱకు మౌనము వహించియుందురు.)

దుర్గా—ఆతనిమరణమునకుం గారణము ?

కాసిం — అంతఃపురమునుండి క్రిందికి దిగుచు, కాలుజాఱి, ధరాతల మునంబడి మరణించెను.

దుర్గా—ఇంతటితో మొగల్ మరాఠ రాజస్థానములు విధ్వంసములయ్యెను. హిందూముసల్మానుల యైకమత్యమునకును, ఆర్యభూమి నుద్ధరించుటకును, మేముచేసిన ప్రయత్నములన్నియును వితథములైనవి. మరల నార్యావర్తమున రాజపుత్రుల కౌన్నత్యము సంప్రాప్తించునని నేను విశ్వశింపను.

జయ—కాసిం! బాదుషాయనంతరము సింహాసన మెవరికిం జెందును?

కాసిం—అజిం ముఆజిము లందులకే పోరాడుచున్నారు. ఢిల్లీపాదుషా యెవరుకాబోవునదియు నీయుద్ధమువలను తెల్లమగును.

జయ—సేనాపతీ! కాసిం! భోజనమునకు వేళయైనది. మేము లోనికిం బోవలయును. దయయుంచుము. ఈదుర్గాదాసుని నాటకమున కిదియే భరతవాక్యము.

(దిలేర్ఖాను, కాసిము లతనికి సలాముల నర్పించి నిష్క్రమింతురు.)

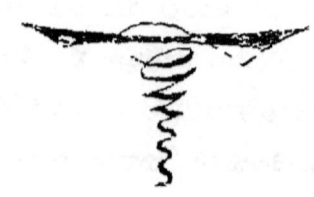

Not this.

TRADE MARK.

నరసింహాశర్మ

ప్రొప్రైటర్

వేగుంజుక్క

గ్రంథమాల,

పూడిపెద్దివారివీధి,

బరంపురం (గంజాం)

1927

సంపాదకులు:—బ్ర॥ శ్రీ॥ ఆదిభట్ల తరిణయ్యసిద్ధాంతిగారు.

నిబంధనలు.

1 నిరూపకనవలలు, సాంఘిక నవలలు, పుణ్య చరిత్రములు, మృదుమధుర ప్రబంధములు, మనోహర నాటకములు, మనోల్లాసకరములగు నీతిహాసములు, చక్కని కాగితములతో, రమ్యమగు అచ్చుతో, మూడు మాసముల కొకొక్కటిగా వెలువడును.

2 గ్రంథము వెలువడిన వెంటనే చందాదారులకు ఒక్కొక్క గ్రంథము ఒక్కొక్కరూపాయికి వి. పి. చేయబడును. ప్రతిగ్రంథమునకగు పోష్టుఖర్చులు ప్రత్యేకము. ఇతరులకు ప్రతిగ్రంథము రూ 1—8—0 పోష్టేజి ప్రత్యేకము.

3. *నాలుగు గ్రంథములు (పోష్టేజీలుగాక) సంవత్సరమునకు నాలుగు రూపాయలుమాత్రమే. ఈనాలుగు రూపాయలు ముందు (అడ్వాన్సుగా) పంపు చందాదార్లకు పోష్టేజి మేమే భరించి పంపుదుము. ఇందువలన చందాదార్లకు నాలుగు గ్రంథములపై రూ 1—12—0 లాభము కలిసివచ్చును చాలమంది యిట్టిలాభమును పొందుచున్నారు

4. చందాదారులగువారు వెనుకటి గ్రంథములలోనే యొక గ్రంథమునైనం గోరిరేని ప్రవేశరుసుము 0-4-0 మాత్రమే అట్లుకాక, తాము ప్రవేశించిన పిమ్మట నుండి గ్రంథములం బంపగోరిరేని ప్రవేశరుసుము 0-8-0 మాత్రమే

5 చందాదారులగువారు వెనుకటి గ్రంథములు పుచ్చుకొనవలెనను నిబంధన యెంతమాత్రమును లేదు. వారు కోరిరేని (కోరినగ్రంథములబట్టి) చౌకగా ఇచ్చెదము.

6. అప్పుడప్పుడు వెలువడు అనుబంధ గ్రంథములు చందాదార్లకుమాత్రమే యుచితము

---

* సంవత్సరమునకు 6 గ్రంథములు ప్రకటించు ప్రయత్నములో నున్నారము.

3. New Ideas 4 Historical Beauties 5 Description of nature and other varieties

గమనింపుడు — చందాదారులు ప్రతిగ్రంథముం బుచ్చుకొనుట తమకు విధియై యున్నది తీర పంపించినపిమ్మట గ్రంథము నెంతమాత్రము త్రిప్పివేయరాదు ప్రతి గ్రంథమునకును ముందు ఇంటిమేషను పంపుదుము. ఇష్టములేనివారు వెంటనే మాకు తెలియఁజేయవలెను. త్రిప్పివేయక ప్రతిగ్రంథము పుచ్చుకొను చందాదారులకు మాత్రమే అనుబంధ ముచితముగా పంపుదుము. అడ్వాన్సు పంపిన పోస్టేజిఖర్చు లుండవు.

నూతనప్రచురములు. (New Publications)

శ్రీ తులసీరామాయణము.

నిర్వచనము — చిత్రపటశోభితము.

వాల్మీకి రామాయణమువలెనే హిందూదేశమునం దంతటఁ బ్రఖ్యాతిఁగాంచిన రామాయణమిది మనభాషకిదియొక నూతనాలంకారము. ఇది హిందీభాషయందు శ్రీతులసీదాసమహాకవిచే వ్రాయఁబడినది బ్ర॥ శ్రీ॥ భాగవతుల నృసింహశర్మగారిచే నాంధ్రీకరింపబడుచున్నది. జగద్గురువగు శ్రీగాంధిమహాత్మునిచే నిత్యముఁ బారాయణము చేయఁబడు నీరామాయణ ప్రాశస్త్యముఁ జెప్పనేల వా రనేకవిధములఁ గొనియాడఁదగిన పోరు వివిధరసములను, సుపాఖ్యానములను, మనోహరగాథలను నిది జన్మసీమ. ఒక్కొక్కకాండముచొప్పున వెలువడును. ఆంధ్రీకృత శ్రీతులసీరామాయణముఁ బొగడుచు మహనీయులు వ్రాసిన యుత్తరములు మునముందు ప్రచురింపఁబడును. బాలకాండము వెలువడినది. కొలఁది ప్రతులుమాత్రము కలవు అయోధ్యాకాండము రెండుభాగములు ప్రతిసంపుటము చందాదారులకు రూ 1—0—0 ఇతరులకు రూ 1—8—0 పోస్టేజి ప్రత్యేకము.

ఉగ్రభైరవము.

చందాదార్లకు రు 1—0—0 పోస్టేజి వేరే. ఇతరులకు రు 1—8—0 పోస్టేజి వేరే.

గ్రంథకర్త — పోడూరి రామచంద్రరావుగారు, బి, ఏ బియల్.

ఇదియొక భయంకరమైన డిటెక్టివ్ నవల. ఆంగ్లమున గల "The Hound of the Baskervilles" అను నవల ననుసరించి మృదుమధుర శైలిని వ్రాయఁబడినది. చిత్రపటశోభితము హంతకుఁడొక జాగిలముద్వారా చేయించిన యత్యద్భుత భయంకర ప్రక్రియ యిందు నిరూపింపఁబడినది. తుదివరకుఁ జదువనిదే విడిచిపెట్టరు. గుండెలవియఁజేయుచున్నాయి. వలయువారు వెంటనే వ్రాయవలెను. కొలఁదిప్రతులు మాత్రమే కలవు

గ్రంథకర్త—వారణాసి సంసంవారావుగారు.

ఇదియొక సాహసమైన సాంఘికనవల, అరుంధతీదయానందుల పరోపకార పారీణత, సుశీలాస్వయంగళల భయంకరకష్టములు కామినీభీషణ ప్రతిహింస, డాక్టర్ భువనసుందరుని దుర్దాంతదురంత కార్యములు, కామవికార ప్రక్రియలు, చదివితీరవలెను. ఇంతయేల! ఆంధ్రపత్రికాది పత్రికలచే పొగడ్తకెక్కిన నవల యిది. చక్కని నిండు కాలికోబైండు, మంచిఅచ్చు, మంచికాగితము.

రసపుత్రజీవనసంధ్య.

గ్రంథకర్త:—భాగవతుల నృసింహశర్మగారు.

బంగాళీభాషయందు శ్రీ రమేశచంద్రదత్తు గారిచే వ్రాయబడినది పై గ్రంథకర్త గారిచే ననువదింపబడినది. ప్రథమప్రతులన్నియు సరిపోయినవి. ద్వితీయముద్రణమునకు సిద్ధముగానున్నది. వలయువారు వెంటనే తెలియజేయవలెను. వెల 0-14-0 పోస్టేజి ప్రత్యేకము.

నాటకత్రయము—గ్రంథకర్త—భా॥ నృ॥ శర్మ॥

1 విజయవిజయము.

వీరరసప్రధానమగు నాటకము కర్ణార్జునల యుద్ధము. ఎల్లరు భారతము జదివినవారే కాని కర్ణుడెట్టివాడో యెఱింగినవారు లేరు కర్ణునికొఱకే యీనాటకము వ్రాయబడినది అనేకులు కొనియాడిన నాటకమిది వెలయు 0-10-0 పోస్టేజి ప్రత్యేకం

ప్రతిజ్ఞావిజయరామరాజీయము.

లేక

2 విచిత్రవీరబొబ్బిలి

బొబ్బిలియుద్ధ నాటకము లనేకములున్నవి. యథార్థములగు సంశయముతో విరాజిల్లు నాటకరత్నమిదియే. విజయరామరాజుగారి రాజనీతికి బొబ్బిలివారి పరాక్రమములకు నిది యునికిపట్టు. వెంగళరావు, రంగారావు, పాపయ్య, మొదలగు వీరుల పద్యము లగ్నిహోత్రమును వర్షించును దీని వెల 0-12-0 పోస్టేజి ప్రత్యేకము. కొలదిప్రతులు మాత్రమే కలవు

www.ingramcontent.com/pod-product-compliance
Lightning Source LLC
LaVergne TN
LVHW020123220825
819277LV00036B/558